பேரழிவுகள் – 4
(நெருப்பு)

ஜெகாதா

Title
Peralivugal - 4
(Fire)
Jakatha
ISBN: 978-93-6666-566-5

Title Code : Sathyaa - 131

நூல் தலைப்பு
பேரழிவுகள் - 4
(நெருப்பு)

நூல் ஆசிரியர்
ஜெகாதா

முதற்பதிப்பு
டிசம்பர் 2024

விலை : ₹190

பக்கம் : 147

Printed in India

Published by
Sathyaa Enterprises
No.134, First Floor,
Choolaimedu high road, Choolaimedu,
Chennai - 600 094.
044 - 4507 4203

Email
sathyaabooks@gmail.com

உள்ளே...

1.	அபாயத்தின் விளிம்பில் வெடிக்கும் எரிமலைகள்	5
2.	எரிமலைகளும் எரிமலைச்சீற்றமும்	14
3.	மனித குலத்திற்கான எச்சரிக்கை நாம் ஆபத்தில் இருக்கிறோம்!	17
4.	எரிமலை ஆக்கமும் அழிவும்	22
5.	எரிமலை வெடிக்கும்போது என்ன நடக்கும்?	26
6.	நியூசிலாந்து எரிமலை வெடிப்பு	29
7.	ஒயிட் தீவில் எரிமலை வெடிப்பு	31
8.	எரிமலையைக் கட்டுப்படுத்துவது எப்படி?	33
9.	இந்தோனேசியாவில் மவுண்ட் ருவாங் எரிமலை வெடித்தது	40
10.	காட்டுத்தீயால் கருகும் உயிர்கள்	43
11.	ஊழிப் பெருந்தீ உணர்த்தும் உண்மைகள்	47
12.	ரஷ்யாவில் எரி விண்மீன் தாக்கி 400 பேர் பலி	52
13.	மேற்குத் தொடர்ச்சி மலை காட்டுத்தீ	55
14.	காட்டுத்தீயும் மேலாண்மையும்	57
15.	பாக்தாத் குண்டுவெடிப்பு	62

16.	ஹிரோசிமா – நாகசாகி	64
17.	பிரேசில் நகர தீவிபத்து 232 பேர் பலி	67
18.	துருக்கி நிலக்கரி சுரங்க விபத்து 200 பேர் பலி	69
19.	இந்தியாவில் வெப்ப தாக்கத்தால் 1500 பேர் பலி	71
20.	கொங்கோவில் எண்ணெய் டாங்கர் விபத்து 230 பேர் பலி	73
21.	சீனாவின் கோழிக்கறி பதப்படுத்தும் ஆலை தீ விபத்தில் 119 பேர் பலி	75
22.	பல்வேறு நாட்டில் ஏற்பட்ட விமான விபத்துகள்	77
23.	உக்ரைன் பன்னாட்டு ஏர்லைன்சு விபத்து	89
24.	மலேசிய ஏர்லைன்ஸ் விமான விபத்து	93
25.	காற்றைக் களங்கப்படுத்தும் பிளாஸ்டிக் எரிப்பு	95
26.	உலகம் முழுவதும் மாறிவரும் வெப்பநிலை	100
27.	மனித உயிரைப் பறிக்கும் காற்று மாசு	110
28.	சுகாதார அச்சுறுத்தல்களும் விளைவுகளும்	121
29.	உலகின் வெப்பமான ஆண்டுகள்	124
30.	தேசியப் பேரழிவுகளை நிர்வகிக்கும் நடவடிக்கைகள்	128
31.	இயற்கையும் மக்களும் ஏற்படுத்தும் பேரழிவுகள்	135
32.	மனிதன் தனக்குத்தானே தேடிக்கொண்ட அழிவு	137
33.	விண்வெளிக் குப்பையும் வெப்பச் சலனமும்	141
34.	புவி வெப்பமயமாதலுக்கு எதிரான போர்	145

1. அபாயத்தின் விளிம்பில் வெடிக்கும் எரிமலைகள்

உலக மக்கள்தொகை அதிகரித்து வருகையில், எரிமலை சார்ந்த ஆபத்துக்கள் சாத்தியமான பகுதிகளில் அதிகமான மக்கள் வாழ்கின்றனர். இதன் காரணமாகவும், உலகெங்குமுள்ள எரிமலை செயல்பாட்டின் சமீபத்திய அதிகரிப்பின் காரணமாகவும், எரிமலை சார்ந்த அபாயத்தை அகற்றுவதற்கான தங்கள் முயற்சிகளை எரிமலை ஆய்வாளர்கள் தீவிரப்படுத்தி வந்திருக்கின்றனர். சில சம்பவங்களில், வெடிப்பு பற்றிய முன்கணிப்புகளும் முன்னறிவிப்புகளும் வெற்றிகரமாக இருந்திருப்பதால், உயிர்கள் பாதுகாக்கப்பட்டிருக்கின்றன. அப்படிப்பட்ட முன்னறிவிப்புகளுக்கு எது அடிப்படையாக இருக்கிறது?

பாறைக் குழம்பு மேலெழுந்து வருவதை உணர்த்தும்வண்ணம், எரிமலையில் அல்லது அதற்குள்ளாக இருக்கும் அமைப்பில் ஏற்பட்டிருக்கும் நிலநடுக்கங்களைப் பின்தொடர்ந்தே வெடிப்புகள் பொதுவாக ஏற்படுகின்றன. ஒரு எரிமலையில் பாறைக் குழம்பு உயரளவில் திரண்டு வருகையில், அழுத்தம் உருவாகிறது. வளிமங்கள் விடுவிக்கப்படுகின்றன; நிலத்தடி நீர், வெப்பத்திலும் அமிலத்தன்மை

யிலும் அதிகரிக்கக்கூடும். பெரிய வெடிப்பிற்கு முன், சிறிய வெடிப்புகளும் ஏற்படக்கூடும். இந்த செயல்பாடுகள் அத்தனையும் கண்டுணரப்பட முடியும்.

ஒரு வெடிப்பு ஏற்படுவதற்கு வெகு முன்னரே, அந்தப் பாறையைப் பற்றிய பதிவை ஆராய்வதன்மூலம், சாத்தியமான அபாயங்களைப் பற்றிய ஒரு கருத்தை நிலவியலாளர்கள் பெற்றுக்கொள்ள முடியும். அநேக நிகழ்வுகளில் எரிமலை வழிதல்களின் வகைகளும், உபவிளைவாக ஏற்படும் அபாயங்களும், ஏற்கெனவே சம்பவித்தவற்றைப் போலவே இருக்கின்றன அல்லது ஆய்வுகள் செய்யப்பட்ட மற்ற எரிமலைகளுடையவற்றை ஒத்தே இருக்கின்றன. அப்படிப்பட்ட விவரங்களை அடிப்படையாக வைத்து, மிக அதிக அபாயமுடைய பகுதிகளைக் காண்பிக்கும் வரைபடங்கள், பல எரிமலைகளுக்கு வரையப்பட்டிருக்கின்றன.

ஆகவே எரிமலை அபாயங்களிலிருந்து உயிர்களைப் பாதுகாப்பதற்கான முக்கிய அம்சங்கள், எரிமலை ஆய்வாளர்களால் அபாய மதிப்பீடு செய்யப்படுதல் மற்றும் எரிமலை செயல்பாட்டை கணித்துணருதல் ஆகியவற்றோடுகூட வரப்போகும் பேரழிவைப் பற்றி முன்னதாகவே உள்ளூர் அதிகாரிகளால் கொடுக்கப்படும் எச்சரிக்கையும் உட்பட்டிருக்கின்றன. முன்னறிவிப்புகளுக்கும் பிடிகொடுக்காமல் பெரிதும் இன்னும் ஏய்த்துச் செல்கிற நிலநடுக்கங்களுக்கு மாறுபட்டவையாய், வெடிக்கும் எரிமலைகள் பல, அவற்றால் கேடு விளைவிக்கப்படும் மக்கள் அந்த அழிவுக்குரிய நிகழ்வு ஏற்படுவதற்கு முன்னரே அங்கிருந்து வெளியேற்றப்படுவதற்கு போதுமான அளவில் திருத்தமாக கணித்துணரப்பட முடியும். அபாயப் பகுதியை விட்டுச்செல்வது முக்கியமானது;

ஏனென்றால், மனிதனால் கட்டப்பட்ட கட்டமைப்புகள் பொதுவாக, எரிமலை வழிதல்கள் மற்றும் வெடிப்புகளின் சீற்றத்திற்கும் வெப்பத்திற்கும் எதிராகவும், நிலச்சரிவுகள், சேறு வழிதல்கள் மற்றும் சூனாமிகளின் அழிவுக்குரிய சக்திகளுக்கு எதிராகவும் குறைந்தளவு பாதுகாப்பை அளிக்கின்றன அல்லது எவ்வித பாதுகாப்பையுமே அளிப்பதில்லை.

எரிமலை வெடிப்புகளாலும் அவற்றோடு தொடர்புடைய அபாயங்களாலும் கொள்ளை கொள்ளப்பட்ட மனிதரின் எண்ணிக்கையைக் குறைப்பதற்காக மெச்சத்தக்க முயற்சிகள் எடுக்கப்பட்டு வருகிறபோதிலும், எரிமலை அபாயங்களிலிருந்து முழுமையான பாதுகாப்பை நிச்சயப்படுத்திக் கொள்வதற்கு ஏதுவாக மனிதன் அந்த வெடிப்புகளையும் அவற்றுடன் தொடர் புடைய பேரழிவுக்குரிய செயல்பாட்டையும் முழுமையான துல்லியத்துடன் முன்னறிவிக்க முடியாதவனாகவே இருக்கிறான். எரிமலைகளைக் குறித்து கணித்துணரக்கூடியவர்களில் சிலர்கூட எதிர்பாராத ஒரு வெடிப்பில் சிக்குண்டதால் கொல்லப் பட்டிருக்கிறார்கள் என்றபோதிலும், செயல்படும் எரிமலையாகும் சாத்தியமுள்ள ஒரு எரிமலையின் அருகில் நீங்கள் வாழ்கிறீர்களென் றால், உள்ளூர் அதிகாரிகளால் கொடுக்கப்படும் எந்த எச்சரிக்கைக்கும் நீங்கள் செவிசாய்க்க வேண்டும். இவ்வாறு செய்வதன் மூலம் எரிமலை சார்ந்த ஒரு பேரழிவைத் தப்பிப்பிழைப்பதற்கான உங்கள் வாய்ப்புகளை நீங்கள் பெரிதும் அதிகரித்துக் கொள்வீர்கள். ஒரு வான்நிலவியலாளரால் அளிக்கப்பட்டது.

வெடிக்கும் எரிமலைகள், சூடான சாம்பலையும் கனல் வீசும் குழம்பின் பாய்வுகளையும் பீறிட்டு வெளிவரச் செய்வது, பூமியி லுள்ள இயற்கை ஆற்றலின் மிகச் சிறந்த காட்சி பகட்டான நிகழ்வு களில் சிலவற்றை உருவாக்குகின்றன. அப்படிப்பட்ட ஒரு நிகழ்ச்சியை நீங்கள் ஒருவேளை தனிப்பட்டவராக கண்டிருக்க வில்லை என்றாலும், எரிமலையிலிருந்து ஏற்பட்ட வெப்ப நீரூற்று களில் குளிப்பதை அனுபவித்திருக்கலாம் அல்லது எரிமலை சாம்பலா லான செழிப்பான மண்ணில் விளைந்த உணவை உண்டு மகிழ்ந் திருக்கலாம். சிலர் தங்கள் வீடுகளில் நிலவெப்ப ஆற்றலின் பயன் களைக்கூட பெறுகின்றனர்.

என்றபோதிலும், சமீபத்தில், செயல்படும் எரிமலைகளுக்கு அருகில் வாழ்கிற அநேகர் எரிமலை பேரழிவுகளால் ஏற்படுத்தப்பட்ட மரணத்தையும், அழிவையும் நேரில் கண்டிருக்கின்றனர். மே 18, 1980-ல், அ.ஐ.மா.-வினுடைய வாஷிங்டன் மாகாணத்தின் தென்மேற்கிலுள்ள செ. ஹெலன்ஸ் சிகரத்தின் உக்கிரமான

வெடிப்பு ஏற்பட்டது முதற்கொண்டு, உலகின் பல்வேறு பகுதிகள், சாவுக்கேதுவான உக்கிரமுள்ளவையாய்த் தோன்றிய எரிமலை வெடிப்புகளின் தொடர்ச்சியான தாக்குதலுக்கு உள்ளாக்கப் பட்டிருக்கின்றன. இந்தக் காலப்பகுதியில் ஏற்பட்ட உயிரிழப்பு, முந்தின ஏழு பத்தாண்டுகளில் ஏற்பட்டதாக பதிவு செய்யப் பட்டிருந்த மொத்த உயிரிழப்பையும்விட அதிகரித்திருக்கிறது; மேலும் பொருள் சேதம், கோடிக்கணக்கான டாலர் அளவுக்கு ஏற்பட்டது. காற்றில் பரவிய எரிமலை சாம்பல், விமானங்களை சக்தி யிழக்கச் செய்து, அவற்றை அவசரமாக தரையிறங்க வைத்தபோது, பேரழிவுகள் நேரிடப்போன சமயங்களும் இருந்திருக்கின்றன.

பிலிப்பீன்ஸில், பின்னடுபோ சிகரத்தில் ஏற்பட்ட வெடிப்பு களும் அதைத் தொடர்ந்து வந்த சேறு வழிதல்களும் ஆயிரக்கணக் கான வீடுகளை அழித்தும், கொலம்பியாவில் நெவாடா டெல் ருயிஸில் ஏற்பட்டவை 22,000-க்கும் அதிகமான மக்களைக் கொன்றும் மிகவும் அழிவுக்கேதுவானவையாக இருந்திருக்கின்றன. இன்னுமதிகமான பேரழிவுகள் நிகழும் சாத்தியம் இருக்கிறது. 2000ஆம் வருடத்திற்குள், எரிமலை அபாயங்களின் காரணமாக ஆபத்திலிருக்கும் மக்களின் எண்ணிக்கை குறைந்தபட்சம் 50 கோடிக்காவது பெரும்பாலும் அதிகரிக்கும், என்று ஐ.மா. நில இயல் சார் அளக்கை கழகத்தைச் சேர்ந்த எரிமலை நிபுணர்களாகிய ராபர்ட் டில்லிங் மற்றும் பீட்டர் லிப்மான் குறிப்பிடுகின்றனர்.

ஆகவே இவ்வாறு கேட்பதை நீங்கள் ஞானமானதாகக் காணக் கூடும்: 'செயல்படும். அல்லது செயல்படும் சாத்தியத்திலிருக்கும் எரிமலைக்கு அருகில் நான் வாழ்கிறேனா? எந்த வகையான வெடிப்புகள் மிகவும் ஆபத்தானவையாக இருக்கின்றன. மேலும் மற்ற சாவுக்கேதுவான வகையான வெடிப்புகளுக்கும்கூட அவை வழிநடத்த முடியுமா? எரிமலை சம்பந்தமாக அபாயகரமான ஒரு பகுதியில் வாழ்கிறேனென்றால், அந்த ஆபத்தைக் குறைக்க நான் என்ன செய்யலாம்?

உறங்கும் எரிமலை ஒன்றின் அருகில் நீங்கள் வாழ்கிறீர்கள் என்றும் அது மீண்டும் வெடிக்க நேர்ந்தால் தவிர்க்கமுடியாதபடி நீங்கள்

பாதிக்கப்படுவீர்கள் என்றும் அறியவந்தால் ஆச்சரியப்படக்கூடும். (எரிமலை ஆய்வாளர்கள் என்பதாக அறியப்படும்) எரிமலைகளைப் பற்றி ஆராயும் அறிவியலாளர்கள், செயல்படும் எரிமலைகள் மற்றும் உறங்கும் எரிமலைகளை அடையாளம் காண்பதில் மட்டுமல்ல, ஆனால் எரிமலைகள் ஏன் குறிப்பிட்ட இடங்களில் சம்பவிக்க நேரு கின்றன என்பதைப் புரிந்து கொள்வதிலும் சமீபத்திய பத்தாண்டு களில் வெற்றி கண்டிருக்கின்றனர்.

செயல்படுபவை என்பதாகப் பதிவு செய்யப்பட்ட 500-க்கும் அதிகமான எரிமலைகள் சிலவற்றின் இடங்களைக் காண்பிக்கிற அந்த வரைபடத்தைப் பாருங்கள். அப்படிப்பட்ட ஒன்றிற்கு அருகில் நீங்கள் வாழ்கிறீர்களா? மற்ற இடங்களில், கொதிநீர் ஊற்றுகளும், ஆவி வெளிப்படும் பிளவுகளும், வெந்நீரூற்றுகளும், வேறு உறங்கும் எரிமலைகள் இருப்பதைக் காட்டிக் கொடுத்து விடுகின்றன; இவையும் எதிர்காலத்தில் செயல்படுவதற்கான சாத்தியத்தை உடையவை. பாதிக்கு மேலான செயல்படும் எரிமலைகள், பசிபிக்கின் ஓரங்களில் தொடர்ச்சியாகக் காணப்படு கின்றன; நெருப்பு வளையம் என்று அழைக்கப்படுகிறதை இவை உருவாக்குகின்றன. இந்த எரிமலைகளில் சில, வட அமெரிக்காவில்

காஸ்கேட் தொடரிலும், தென் அமெரிக்காவில் ஆண்டிஸ் மலைத் தொடரிலும் இருப்பதுபோல கண்டங்களில் இருக்கின்றன; அதே நேரத்தில் மற்றவை, சமுத்திரத்தில், அலூஷியன் தீவுகள், ஜப்பான், பிலிப்பைன்ஸ், மற்றும் தெற்கு இந்தோனேசியா போன்ற தீவுகளா லான சங்கிலித்தொடர் அமைப்பை உருவாக்குகின்றன. மத்திய தரைக் கடலிலும் அதற்கு அருகிலும்கூட எரிமலைகள் சாதாரண மாகக் காணப்படுகின்றன.

புவி மேலோட்டின் நகர்கிற பெரிய பாளங்கள், அல்லது அடுக்கு களுடைய எல்லைகளின் நெடுக, குறிப்பாக ஒரு கண்டத்திட்டு அடுக்கிற்கு அடியில் ஒரு சமுத்திர திட்டு அடுக்கு மூழ்கும்போது எரிமலைகள் ஏற்படுவதாக அறிவியலாளர்கள் கண்டுபிடித்திருக் கின்றனர். இந்த நிகழ்வு, நில அடுக்கு இறக்கம் எனப்படுகிறது. இந்த நிகழ்வால் உருவாக்கப்பட்ட வெப்பம், மேற்பரப்பு வரையாக மேலெழும்புகிற குழம்பை (பாறைக் குழம்பை) வெளிக்கொணர் கிறது. மேலுமாக அடுக்குகளின் மத்தியிலுள்ள திடீர் அசைவுகள், எரிமலை வெடிப்புகள் ஏற்படுகிற அதே பகுதிகள் பலவற்றில் பலத்த நிலநடுக்கங்களை ஏற்படுத்துகின்றன.

சமுத்திரத்திட்டு அடுக்குகள் அகன்று போகுமிடத்திலும் எரிமலைகள் உருவாகக்கூடும். இந்த வெடிப்புகளில் பல, சமுத்திர அடித்தளத்தில் நடப்பதால், மனிதன் காண்பதில்லை. என்றபோதிலும், ஐஸ்லாந்து என்னும் தீவு நாட்டில் நீங்கள் வாழ்ந்தால், மத்திய அட்லாண்டிக் தொடர் முகடுடன் இணைக்கிற ரேக்கியானஸ் மலைத்தொடரின் உச்சியில் நீங்கள் இருக்கிறீர்கள், மத்திய அட்லாண்டிக் தொடர் முகடில், வட மற்றும் தென் அமெரிக்காவை உட்படுத்துகிற அடுக்குகள், ஐரோப்பாவையும் ஆப்பிரிக்காவையும் உட்படுத்துகிற அடுக்குகளிடமிருந்து அகன்று நகர்கின்றன வேறு ஒருசில இடங் களில், புவிமேலோட்டைச் சார்ந்த அடுக்குகளின் கீழே ஆங்காங்கே யுள்ள உயர் வெப்ப புள்ளிகள் ஹவாயிலும் ஆப்பிரிக்க கண்டத் திலும் பெரிய எரிமலைகளை உருவாக்கி இருக்கின்றன.

ஒரு எரிமலை ஏற்படுத்தக்கூடிய அபாய அளவு, எரிமலை வெடிப்புகள் மற்றும் அதோடு தொடர்புடைய அபாயங்கள் உட்பட அதன்

சமீபத்திய செயல்பாட்டு வரலாற்றைப் பொறுத்திருக்கிறது. அபாய அளவு என்பது ஓர் அபாயப் பகுதியில் வாழ்கிறவர்களுடைய எண்ணிக்கை மற்றும் தயார் நிலையைப் பிரதிபலிப்பதாக இருக்கிறது. முதலாவதாக, அபாயங்களை ஆராய்வோம்.

பொதுவாக, சிலிகா நிறைந்துள்ள பாறைக் குழம்புகளால் அதிக ஆபத்தான வெடிக்கும் தன்மையுள்ள கக்குதல்கள் ஏற்படுத்தப்படு கின்றன. இந்த வகையான குழம்பு, விறைப்பான பாகுநிலையை உடையதாய் இருக்கிறது; மேலுமாக அது, அந்த எரிமலையை வெடிக்கச் செய்யும் அளவுக்குப் போதுமான அழுத்தத்தை உடைய தாகும் வரையாக அந்த எரிமலையைத் தற்காலிகமாக அடைத்துக் கொள்ள முடியும். சிலிகா நிறைந்துள்ள பாறைக் குழம்பு மங்கின நிறமுள்ள பாறைகளாக கெட்டியாகின்றன; அடுக்குகளின் எல்லை யோரங்களின் நெடுக உள்ள எரிமலைகளில் இது சாதாரணமாக நிகழ்கிறது. மேலெழும்பும் பாறைக் குழம்பு, தண்ணீரை எதிர்ப் பட்டு, அதைத் திடரென்று நீராவியாக்கும்போதும் வெடிப்புகள் ஏற்படலாம். வெடிக்கும் தன்மையுள்ள கக்குதல்களால் வெளி யேற்றப்பட்ட சூடான சாம்பலும் சாவுக்கேதுவானதாக இருக்க லாம். 1902-ல், கரிபியன்-மைய அமெரிக்க பகுதியிலுள்ள மூன்று எரிமலைகள், ஒரு ஆறுமாத காலப்பகுதியில் 36,000-க்கும் அதிக மான மக்களைக் கொன்றுவிட்டன.

மறுபட்சத்தில், சமுத்திரம் சார்ந்த உயர் வெப்ப புள்ளி எரிமலை களும் அடுக்குகள் அகன்று செல்வதால் ஏற்படும் எரிமலைகளும் மற்றும் பலவும், சிலிகா செறிவில் குறைவுள்ளதும் ஆனால் இரும்பு மற்றும் மக்னீஷியத்தின் செறிவு நிறைந்துள்ளதுமான கரிய திண்ணிய தீக்கல் பாறைகளால் பெரிதும் உருவாக்கப்பட்டிருக்கின்றன. திண்ணிய தீக்கல் பாறைக் குழம்பு திரவ நிலையில் உள்ளதாய் இருந்து, பொதுவாக, லேசாக வெடிக்கும் தன்மையுள்ள அல்லது வெடிக்கும் தன்மையற்ற கக்குதல்களிலும், மக்கள் தவிர்ப்பதற்கு ஒரளவு சுலபமானவையாய் இருக்கிற மெதுவாக நகர்ந்து செல்லும் எரிமலைக் குழம்பு வழிதல்களிலும் விளைவிடைகிறது. இருந் தாலும், இந்தக் கக்குதல்கள் நீண்ட நாள் செயல்படுபவையாக

இருக்கக்கூடும் ஹவாய் தீவிலுள்ள கிலாயுயா எரிமலை, ஜனவரி 1983 முதற்கொண்டு தொடர்ச்சியாக வெடித்துக் கொண்டிருக்கிறது. அப்படிப்பட்ட வெடிப்புகளின் விளைவாக மிகுதியான பொருள் சேதம் ஏற்பட்டிருக்கிறபோதிலும், அவை அரிதாகவே காயமடைதலில் அல்லது மரணத்தில் விளைவடைகின்றன.

சில வெடிப்புகள் ஒரு எரிமலையின் பக்கவாட்டில் பேரளவான உதிரி சாம்பலைக் குவித்துவிடுகின்றன; இவை நிலச்சரிவுகளில் அல்லது, பெரும் அளவான பனி, பனிக்கட்டி, அல்லது தண்ணீருடன் கலந்துவிடுகையில், கனத்த நீர்மக் கலவைகளாக உருவாகி, பள்ளத் தாக்குகளின் வழியாக விரைவாக அடித்துச் செல்லப்படலாம். (ஆங்கில லாவா (எரிமலைக் குழம்பு என்ற பதத்திற்கான இந்தோனேஷிய பதத்திலிருந்து லாஹார்கள் என்றும் அழைக்கப் படும்) அப்படிப்பட்ட சேறு வழிதல்கள், ஒருவேளை அந்த வெடிப்புகள் ஏற்படுவது நின்று வெகுகாலத்திற்குப் பின்னும் ஒரு எரிமலையிலிருந்து அநேக கிலோமீட்டர் வரையாக சென்றெட்ட முடியும்.

குறிப்பாக பரந்த செயல்விளைவை உடையவையாயும் ஆனால் வரலாற்றுப்பூர்வமாக அரிதானவையாயும் இருப்பவை சூனாமிகள்- கடலில் ஒரு எழுச்சி வெடிப்பின் காரணமாக அல்லது புடைத் திருக்கும் எரிமலையின் பக்கவாட்டின் நெடுக அடிக்கடலில் நடக்கும் நிலச்சரிவின் காரணமாக உருவாக்கப்படும் மிகப் பெரிய கடல் அலைகள் அவை. இந்த ஆற்றல்வாய்ந்த அலைகள் ஒரு மணி நேரத்துக்கு நூறு கிலோமீட்டர் வேகங்களில் செல்லலாம். சுனாமிகள் ஆழ்கடலில் மிகத் தாழ்வாக இருந்து, கடந்து செல்லும் கப்பல்களுக்கு உண்மையில் எவ்வித அச்சுறுத்தலாகவும் இல்லாத போதிலும், அவை கரைக்கருகே வருகையில் விரைவாக உயர்ந்து எழும்புகின்றன. இந்த அலைகள் வீடுகள் மற்றும் அநேக கட்டடங் களின் உயரத்தைவிடவும் உயரமாக எழுகின்றன. 1883-ல், க்ரகடௌ வெடித்தபோது, ஜாவா மற்றும் சுமத்ரா கரையோரங் களில் சுனாமிகள் அடித்ததால் 36,000 பேர் உயிரிழந்தனர்.

உயிர் வாழ்வுக்கு ஊறு அல்லது கேடு விளைவிக்கக்கூடிய எரிமலை சார்ந்த மற்ற அபாயங்கள், வெடிக்கும் தன்மையுள்ள வெடிப்புகள், நச்சுப் புகைகள், அமில மழை, மற்றும் நிலநடுக்கங் களால் உருவாக்கப்பட்ட வீழும் எரிமலை சாம்பல் மற்றும் துண்டுகள், வளிமண்டலம் சார்ந்த அதிர்ச்சி அலை வீச்சுகள் ஆகிய வற்றை உட்படுத்துகின்றன.

உயரளவு அபாயமுள்ள எண்ணற்ற எரிமலைகள் உலகெங்கிலும் கண்டறியப்பட்டும், சாத்தியமான ஆபத்துக்கள் ஆயிரக்கணக்கான வையாயும் இருப்பதால், எரிமலை அபாயங்களைக் குறித்து அர்த்த முள்ள மதிப்பிடுதலைச் செய்வது உண்மையிலேயே சிக்கல் வாய்ந்ததும், சவாலானதுமான ஒரு வேலையாக இருக்கிறது.

✺

2. எரிமலைகளும் எரிமலைச்சீற்றமும்

எரிமலைகள் பூமியின் மேலோட்டத்தில் உள்ள புள்ளிகள் ஆகும், அவை நில அதிர்வு செயல்பாட்டின்போது எரிமலை, சாம்பல், பாறைகள் மற்றும் வாயுவை வெடிக்க அனுமதிக்கின்றன.

அவை பொதுவாக லித்தோஸ்பியரில் அமர்ந்திருக்கும் டெக்டோனிக் தட்டுகளின் எல்லையில் அமைந்துள்ளன. எரிமலைக்கு அடியில் உள்ள மாக்மா அறையில் அழுத்தம் மற்றும் அடர்த்தியில் மாற்றங்கள் ஏற்படும்போது, அது குறைந்த அடர்த்தி கொண்ட எரிமலை மற்றும் பாறைகளை உயர கட்டாயப்படுத்தலாம்; சில நேரங்களில் வெடிக்கும்.

செயலில் உள்ள எரிமலைகளில் 75% க்கும் அதிகமானவை பசிபிக் 'ரிங் ஆஃப் ஃபயர்' - எரிமலைகள் மற்றும் பல்வேறு தட்டுகள் சந்திக்கும் கடல் அகழிகளுக்குள் உள்ளன. நெருப்பு வளையம் தெற்கு, மத்திய மற்றும் வட அமெரிக்காவின் மேற்குக் கடற்கரையில் நீண்டு, பின்னர் ரஷ்யா, சீனா மற்றும் ஜப்பான், பிலிப்பைன்ஸ் மற்றும் தெற்கு பசிபிக் பெருங்கடலில் உள்ள பல தீவுகளின் கிழக்குக் கடற்கரை வரை நீண்டுள்ளது.

பல எரிமலைகள் கடலுக்கு அடியில் அமைந்திருந்தாலும், நிலத்தில் இருப்பவை மக்கள் வசிக்கும் பகுதிகளுக்கு அருகாமையில் இருப்பது மற்றும் வெடிப்பின் தீவிரத்தைப் பொறுத்து உயிருக்கு பெரும் ஆபத்தை ஏற்படுத்தலாம். இத்தாலியில் உள்ள வெசுவியஸ் மலை ஒரு புகழ்பெற்ற வரலாற்று மற்றும் நவீன உதாரணம்; எரிமலை இரண்டாயிரம் ஆண்டுகளுக்கு முன்பு இரண்டு நகரங்களை அழித்துவிட்டது, இன்றும் மில்லியன் கணக்கான மக்கள் இந்த செயலில் உள்ள எரிமலைக்கு அருகாமையில் வாழ்கின்றனர்.

எரிமலைகள் பொதுவாக செயவில் உள்ளவை செயலற்றவை அல்லது அழிந்துவிட்டவை என அவற்றின் செயல்பாட்டின் அடிப்படையில் வகைப்படுத்தப்படுகின்றன. ஒரு எரிமலை செயலில் உள்ளதா இல்லையா என்பதை தீர்மானிப்பது சவாலானது, ஏனெனில் எரிமலைகள் மேற்பரப்பில் வெளிப்புற அறிகுறிகள் இல்லாமல் மேற்பரப்பில் செயல்பட முடியும். இந்த வகையில் வரலாற்றுப் பதிவுகள் முக்கியமானவை, ஏனெனில் சமீபத்தில் வெடித்த எரிமலைகள் பொதுவாக மீண்டும் அவ்வாறே ஏற்பட வாய்ப்புள்ளது, ஆனால் செயல்பாட்டின் காலத்திற்கு இடையில் ஆண்டுகள் அல்லது நூற்றாண்டுகள் இருக்கலாம்.

எரிமலை மற்றும் பாறைகள் வெடிக்கும் எரிமலையால் சுற்றியுள்ள பகுதிக்கு உடனடி உடல்ரீதியான அச்சுறுத்தலை ஏற்படுத்துகின்றன, அவற்றின் வழியில் எதையும் அழிக்கின்றன, ஆனால் இவை மட்டுமே எரிமலை ஏற்படுத்தும் ஆபத்துகள் அல்ல. எரிமலைகளால் வெளிப்படும் வாயு - பெரும்பாலும் சல்பர் டை ஆக்சைடு - நச்சுத் தன்மை வாய்ந்தது மற்றும் மக்கள் அல்லது விலங்குகள் அருகில் இருந்தால் சுவாச ஆபத்துகளை ஏற்படுத்துகிறது. எரிமலைகளில் இருந்து வரும் சாம்பல், காற்றின் மூலம் அடிக்கடி கிலோமீட்டர்கள் வரை நீட்டிக்கப்படலாம், மேலும் சுவாசக் கோளாறுகளுக்கு கூடுதலாக, சாம்பலில் உள்ள நுண்ணிய துகள்கள் உபகரணங்களை சேதப்படுத்தும் என்பதால் விமானத்திற்கு ஆபத்து.

ஒரு எரிமலை உடனடியாக வெடிக்கும் அறிகுறிகளைக் காட்டினால், அருகில் உள்ள குடியிருப்பாளர்கள் முன்னெச்சரிக்கையாக

அடிக்கடி வெளியேற்றப்பட்டு, அப்பகுதியில் பறக்கக் கூடாத மண்டலம் ஏற்படுத்தப்படுகிறது.

செயலில் உள்ள எரிமலைகளைக் கண்காணிக்கவும், வெடிப்பின் ஒளியியல் மற்றும் ரேடார் படங்களைப் பெறவும், எரிமலை மற்றும் பாறைகளால் சுற்றியுள்ள பகுதிக்கு ஏற்படும் சேதத்தை மதிப்பிடவும் செயற்கைக்கோள்கள் பயன்படுத்தப்படுகின்றன. சாம்பல் புளூம் கண்காணிக்கப்படுகிறது, அதன் பாதையில் ஆபத்தில் இருக்கும் யாராவது வாழ்கிறார்களா என்பதை தீர்மானிக்க.

ரேடார் தரவு எரிமலைகள் பற்றிய நீண்ட கால ஆய்வுகளிலும் பயன்படுத்தப்படுகிறது. இது நில அதிர்வு செயல்பாட்டைக் குறிக்கும் மற்றும் அதனால் ஒரு சாத்தியமான வெடிப்பைக் குறிக்கும் நில இயக்கத்தை ஆய்வு செய்ய விஞ்ஞானிகளுக்கு உதவுகிறது.

எரிமலை வெடிப்பு அல்லது எரிமலைச்சீற்றம் என்பது பேரழிவை ஏற்படுத்தும் ஒரு வகை இயற்கைச் செயல்பாடாகும். இந்த நிகழ்வில் பூமிக்கு அடியிலிருந்து பாறைத்துகள்களும், அதீத வெப்பமுடைய நீரும், கூழ்ம நிலையிலுள்ள பாறைகளும் அதிக அழுத்தத்துடனும், அதீத விசையுடனும் பூமிக்கு மேற்பரப்பில் தூக்கி வீசப்படுகிறது. இவற்றுடன் தீப்பிழம்பும், கரியமில வாயுவும், கரும்புகையும் சேர்ந்து பேரழிவை ஏற்படுத்துகிறது.

பேரழிவை ஏற்படுத்தும் எரிமலைகள் சாதாரண மலைகளைப் போன்றே இருக்கும். இந்த நிலையினை தூங்கு நிலை என்று அழைப்பர். இந்த நிலையில் இம்மலைகள் பேரழிவை ஏற்படுத்தாது. பல நூறு ஆண்டுகள் ஏன் பல்லாயிரக்கணக்கான ஆண்டுகள்கூட இந்த மலைகள் தூங்கு நிலையில் இருக்க வல்லவை. பின்பு பூமியின் அடிப்பாக செயல்பாட்டினால் பூமிக்கு அடியில் அழுத்தம் அதிகமாகி பூமியின் மேற்பறப்பில் விரிசல் ஏற்பட்டு எரிமலை இயங்கு நிலை அடைகிறது. இயங்கு நிலையில் இம்மலைகள் கட்டுக்கடங்காத பேரழிவை ஏற்படுத்துகிறது.

3. மனித குலத்திற்கான எச்சரிக்கை
நாம் ஆபத்தில் இருக்கிறோம்!

இயற்கையின் தற்போதைய நிலை குறித்து விரிவான அறிக்கை பாரீஸில் நடந்த கூட்டத்தில் வெளியிடப்பட்டிருக்கிறது. அது 'அறிக்கை' அல்ல மனித குலத்திற்கான 'எச்சரிக்கை'.

இந்த அறிக்கையை தயாரித்த ஆய்வு குழுவிற்கு தலைமை வகித்த பேராசிரியர் சார் பாப் வாட்சன், 'நாம் ஆபத்தில் இருக்கிறோம்' என்கிறார். இந்த அறிக்கையானது பல்லுயிர் மற்றும் சூழலியல் தொடர்பான அரசாங்கங்களுக்கிடையேயான அறிவியல் கொள்கை மன்றத்தால் வெளியிடப்பட்டிருக்கிறது.

வாட்சன் இயற்கையை சூழ்ந்துள்ள ஆபத்து குறித்து விவரிக்கும் போது, 'நாம் ஆபத்தில் இருக்கிறோம்' என்று கூறினாலும், இந்த சூழலியலை காக்க முடியும் என்ற நம்பிக்கையையும் தெரிவிக்கிறார்.

ஆற்றல் தேவைக்காக ஏறத்தாழ 200 கோடி மக்கள் மரங்களை மட்டுமே நம்பி இருக்கிறார்கள். புற்றுநோய்க்கான 70 சதவீத மருந்துகள் இயற்கையானது அல்லது இயற்கையினால் தூண்டப் பட்டு தயாரிக்கப்பட்டது.

தண்ணீரை சுத்திகரிப்பது மரங்கள்தான், மரங்கள்தான் உணவு வழங்குகின்றன, கரியமில வாயுவை நுகர்வது மரங்கள்தான், பெரும் புயலை தடுப்பதும் மரங்கள்தான். வரலாற்றில் முன் எப்போதும் இல்லாத அளவுக்கு மனித குலம் இயற்கையை நம்பி இருக்கிறது.

கடந்த 50 ஆண்டுகளில் உலக மக்கள் தொகை இரட்டிப்பாகி இருக்கிறது. இந்த காலக்கட்டத்தில் கோடிக்கணக்கான மக்கள் வறுமையிலிருந்து மீட்டெடுக்கப்பட்டிருக்கிறார்கள்.

மக்களின் நல்வாழ்வுக்காக இயற்கையை வரைமுறையின்றி சிதைத்து இருக்கிறார்கள். அதாவது நிலத்தை, பெருங்கடலை விஷமாக்கி பல்லுயிர் சூழலை நாசமாக்கி மக்கள் தங்கள் தேவைகளை பூர்த்தி செய்திருக்கிறார்கள்.

சூழலியலை சிதைத்ததன் காரணமாக பல்லாயிரக்கணக்கான உயிரினங்கள் அழிந்திருக்கின்றன. லட்சகணக்கான உயிரினங்கள் அழிவின் விளிம்பில் இருக்கின்றன.

இந்த அறிக்கையை வடிவமைத்த குழுவில் இருந்த மற்றொரு பேராசிரியர் கேட் ப்ரூமேன், 'நமது நுகர்வின் காரணமாக இயற்கை சூழல் மாறி வருகிறது' என்கிறார்.

இந்த மதிப்பீட்டு அறிக்கையில் குறிப்பிடப்பட்டுள்ள மற்றொரு முக்கியமான விஷயம் 'நல் வாழ்வு' குறித்த நம் புரிதல் மாற வேண்டும் என்பதுதான்.

மேற்கத்திய கலாசாரத்தின் புரிதலின்படி, தமது குழந்தைகளின் எதிர்காலத்திற்காக தமது வாழ்க்கையை அர்ப்பணிப்பது, பொருள் சேர்ப்பது, கடினமான உழைப்பதுதான் வாழ்க்கை என பல நூற்றாண்டு காலமாக கூறப்பட்டது.

நம்மைவிட நம் குழந்தைகள் அதிகமாக பொருளீட்டுவதுதான் வளர்ச்சி என புரிந்து கொள்ளப்பட்டது. இந்த புரிதல் மாற வேண்டுமென இந்த அறிக்கை வலியுறுத்துகிறது.

நாம் நுகர்வை குறைக்க வேண்டுமென்கிறார் பேராசிரியர் சண்ட்ரா டியாஸ்.

அவர், 'நல்வாழ்வு என்பது குறித்த நம் புரிதலை மாற்றிக் கொள்ள வேண்டும். அதிகம் நுகர்வதுதான் சிறந்த வாழ்வு என்ற இந்த சமூக புரிதலையும் நாம் மாற்றிக் கொள்ள வேண்டும்' என்கிறார்.

சக மனிதர்களுடன் நல்லுறவுடன் வாழ்வது. இயற்கையுடன் இயைந்து வாழ்வதுதான் நல்வாழ்வு என்ற புரிதல் ஏற்பட வேண்டும் என்கிறார் அவர்.

இந்த மாற்றம் என்பது எளிமையானது அல்ல, உடனே நிகழ்வதும் அல்ல. ஆனால் நம் குழந்தைகளின் நல்வாழ்விற்காக, இன்னும் பிறக்காத தலைமுறைக்காக நாம் இதனை செய்தே ஆக வேண்டும்' என்று தெரிவிக்கிறார்.

இந்த மதிப்பீட்டின் மற்றொரு கருப்பொருள் மக்களுக்கான இயற்கையின் பங்களிப்பு. இது சாதாரணமாக தோன்றினாலும், இது மிகவும் முக்கியமான ஒரு விஷயம்.

இத்தனை காலமான பொருளாதார வல்லுநர்கள் இயற்கையை பண்டமாக, பணமாகதான் மதிப்பிட்டிருக்கிறார்கள். இப்படியாக கூறினால்தான் அரசியல்வாதிகளுக்கும், மக்களுக்கும் புரியும் என்பது பொருளாதார வல்லுநர்களின் வாதம்.

ஆனால், சில சூழலியலாளர்கள் இந்த பார்வைக்கு எதிர்ப்பு தெரிவிக்கிறார்கள். இந்த பார்வையானது இயற்கைக்கு ஊறு விளைவிக்கிறது. இயற்கையையும் மற்றொரு பண்டமாகவே பார்க்க உதவுகிறது என்கிறாகள் அவர்கள்.

இயற்கையை டாலராக, பவுண்டாக, ரூபாயாக பார்ப்பது மாற வேண்டும் என்பது அவர்கள் வாதம்.

சர்வதேச சூழலியல் மற்றும் வளர்ச்சி மையத்தை சேர்ந்த இனா போரஸ், 'காடு நமக்கு பல விஷயங்களை வழங்குகிறது. ஆனால், அது எதையும் கருத்தில் எடுத்து கொள்வதில்லை. காடுகளை அழித்து நம் பொருளாதாரத்தை மேம்படுத்துவதாக நாம் எண்ணுகிறோம். ஆனால், உண்மை அப்படி இல்லை' என்கிறார்.

வெளி தலையீடு இல்லாமல் உள்ளூர் சமூகத்தால் மேலாண்மை செய்யப்படும் இயற்கை வளமானதாக இருக்கிறது என்று இந்த அறிக்கை சுட்டிகாட்டுகிறது.

அதுபோல, இயற்கை குறித்த உள்ளூர் மக்களின் அறிவானது சிறப்பாக இருக்கிறது. அரசு அதனை அங்கீகரிக்க வேண்டும். அவர்களிடமிருந்து கற்றுக் கொள்ள வேண்டும்.

இந்த அறிக்கையில் புரிந்து கொள்ள வேண்டிய மற்றொரு முக்கிய விஷயம் 'அரசின் தோல்வி'.

2010 ஆம் ஆண்டு ஜப்பானில் உயிரியல் பன்மையம் மாநாடு நடந்தது. அதில் பல முடிவுகள் எடுக்கப்பட்டன. 2020 ஆம் ஆண்டுகள் செயல்படுத்த வேண்டி இருபது இலக்குகள் நிர்ணயக்கப்பட்டன.

இந்த இருபது இலக்குகளில் நான்கு இலக்குகள் மட்டுமே எட்டப் பட்டன என்கிறது இந்த மதிப்பீட்டு அறிக்கை.

சரி. இந்த விவகாரத்தில் அரசின் பங்கு என்ன?

2015ஆம் ஆண்டு நடந்த பருவநிலை மாற்றம் குறித்த பாரீஸ் மாநாட்டில் 'இயற்கை மற்றும் மனிதர்கள்' குறித்து விவாதிக்கப் பட்டிருக்கிறது.

சீனாவில் அடுத்த ஆண்டுகள் நடக்கும் மாநாட்டில் இது குறித்து விவாதிக்கப்பட இருக்கிறது.

இந்த சூழலில் பந்திப்பூர் காட்டுத் தீயில் கருகியதாக சில உயிரினங்களின் படங்களை இணையத்தில் பகிர்ந்து வருகின்றனர். இவை அனைத்தும் போலியான தகவல்கள்.

அதில் உராங்குட்டான் புகைப்படம் உள்ளது. உராங்குட்டான் போர்னியா காடுகள் மற்றும் இந்தோனேசியாவின் சுமத்திரா பகுதிகளில் மட்டுமே காணப்படும் குரங்கினம் அது போர்னியோவில் ஏற்பட்ட காட்டுத்தீயில் உயிர் இழந்த உராங்குட்டானின் புகைப்படம்.

பந்திப்பூர் பகுதிகளில் வாழாத ஒரு உயிரினத்தின் படத்தினை பகிர்ந்து, பந்திபூர் காட்டுத்தீயினால் பாதிக்கப்பட்டதாக தகவல்களை பரப்பி வருகின்றனர்.

மேலும், கலிபோர்னியா தீ விபத்தில் பாதிக்கப்பட்ட முயல், ஸ்பெயின் நாட்டில் எடுக்கப்பட்ட புகைப்படங்களை பகிர்ந்தும். பந்திப்பூரில் எடுக்கப்பட்ட உயிரினங்கள் என தவறான தகவல்கள் பரவி வருகின்றன.

இது போன்ற தவறான தகவல்கள் உண்மைத் தகவல்களை சந்தேகத்திற்கு உள்ளாக்குவதுடன், காட்டின் பிரச்சனைக்கான தீர்வினை காண்பதிலும் சிக்கலை ஏற்படுத்தும் என்கிறார் பேராசிரியர் ஜெயக்குமார்.

பந்திபூரில் காட்டுதீயினால் பாதிக்கப்பட்ட உயினங்களை குறித்து எந்த தகவலையும் கர்நாடக வனத்துறை இன்னும் அதிகாரப்பூர்வமாக வெளியிடவில்லை.

✹

4. எரிமலை ஆக்கமும் அழிவும்

எரிமலை வெடிக்கும் போது, அது உருகிய பாறை (லாவா), வாயுக்கள், பாறைத் துண்டுகள், சாம்பல் மற்றும் பிற எரிமலைப் பொருட்களை நிலத்தின் மேற்பரப்பில் வெளியேற்றுகிறது. மேலே குறிப்பிடப்பட்ட பொருட்கள் நிலத்தின் மேற்பரப்பில் வெளியேற்றப்படும் நிகழ்வு 'எரிமலை' என அழைக்கப்படுகிறது. எரிமலையானது அழிவுகரமான மற்றும் ஆக்கபூர்வமான விளைவுகளைக் கொண்டுள்ளது.

எரிமலையின் போது எரிமலைகளில் இருந்து சாம்பல் எரிமலை வெடித்த இடத்திற்கு அருகில் பூமியின் மேற்பரப்பில் உமிழப்படும். எரிமலை மற்றும் சிதறடிக்கப்பட்ட மாக்மாவின் வகையைப் பொறுத்து, சாம்பல் வெவ்வேறு மண் ஊட்டச்சத்துக்களைக் கொண்டுள்ளது. பொதுவாக காணப்படும் ஊட்டச்சத்துக்கள் சிலிக்கா மற்றும் ஆக்ஸிஜன் ஆகும். இந்த சாம்பல் மண்ணுக்கு உரமாக வேலை செய்து அதை வளப்படுத்துகிறது. எரிமலையானது சில எரிமலை பாறைகளை பூமியின் மேற்பரப்பில் வெளியேற்றுவதற்கும் வழிவகுக்கிறது. இந்த பாறைகளில் பொதுவாக மக்னீசியம்,

பொட்டாசியம் மற்றும் இரும்புச்சத்து நிறைந்து, மண்ணின் வளத்தை மேலும் செழுமைப்படுத்துகிறது.

புவியியலில் உருமாற்றம் என்பது ஒரு பாறையின் அமைப்பில் ஏற்பட்ட மாற்றத்தைக் குறிக்கிறது. எரிமலையின் விளைவாக உமிழப்படும் மாக்மா, ஏற்கனவே இருக்கும் பாறைகளுடன் தொடர்பு கொள்ளும்போது, அது அந்த பாறைகளின் வெப்ப நிலையை அதிகரிக்கிறது. இது மாக்மாவிலிருந்து திரவத்துடன் ஊடுருவிச் செல்கிறது. இந்த நிகழ்வு தொடர்பு உருமாற்றம் என்று அழைக்கப்படுகிறது. இது மார்பிள்ஸ், ஹார்ன்ஃபெல்ஸ் போன்ற பாறைகளை உருவாக்குகிறது.

எரிமலையின் மூலம் எரிமலை வெடிப்பு பூமியின் மேற்பரப்பில் புதிய பொருட்கள் தள்ளப்படுவதற்கு வழிவகுக்கிறது. இது புதிய நில வடிவங்களை உருவாக்குகிறது. உதாரணமாக, அதே இடத்தில் மீண்டும் மீண்டும் எரிமலை வெடிப்புகள் ஹவாய் தீவுகளை பெற்றெடுத்தன. அலுடியன் தீவுகள், மரியானா தீவுகள், ரியுக்யு தீவுகள் போன்ற பல தீவுகள் அனைத்தும் எரிமலை வெடிப்புக்குப் பிறகு உருவாக்கப்பட்டன.

எரிமலை ஏற்படும்போது, பல வாயுக்கள் வெளியேற்றப்படுகின்றன. அவற்றுள் முக்கியமான ஒன்று சல்பர் டை ஆக்சைடு. அடுக்கு மண்டலத்தில் ஒருமுறை, இந்த வாயு சல்பூரிக் அமில ஏரோசோல்களாக மாறுகிறது.

ஒரு ஏரோசல் என்பது வளிமண்டலத்தில் உள்ள மூடுபனி போன்ற நுண்ணிய துகள்களின் வெளியேற்றமாகும், அங்கு நுண்ணிய துகள்கள் அடிப்படையில் நீராக இருக்கும். இந்த ஏரோ சோல்கள் வளிமண்டலத்தை விரைவாக மூடி, பல ஆண்டுகளாக அதில் இருக்கும். இது குளிரூட்டும் விளைவை ஏற்படுத்துகிறது மற்றும் வெப்பநிலையைக் குறைக்கிறது.

குறிப்பிடத்தக்க எரிமலை வெடிப்புகள் காரணமாக, சில நேரங்களில் பூமியின் மேற்பரப்பில் ஒரு பெரிய பள்ளம் உருவாகிறது. எரிமலை செயலிழந்தவுடன், இந்த பள்ளங்கள் பெரும்பாலும்

தண்ணீரால் நிரப்பப்படுகின்றன. இது மழை அல்லது நிலத்தடி நீர் சுழற்சி அல்லது வேறு எந்த முறையிலும் நிகழலாம். இவை பொது வாக பள்ளம் ஏரிகள் என்று அழைக்கப்படுகின்றன.

எரிமலையின் மேற்பரப்பிற்கு அடியில் இருக்கும் மாக்மாவின் இயக்கம் அடிக்கடி நிலநடுக்கங்களுக்கு வழிவகுக்கும். எரிமலை வெடிப்பின் போது, மாக்மா பூமியில் விரிசல்களை நோக்கி நகரத் தொடங்குகிறது, இதனால் எரிமலைக்குள் இருக்கும் பொருட்கள் நிலத்தின் மேற்பரப்பில் சிதறடிக்கப்படும். இந்த இயக்கம் பெரிய பூகம்பங்களுக்கு வழிவகுக்கும். இது எரிமலைகளைச் சுற்றியுள்ள பகுதியை வாழ மிகவும் கொந்தளிப்பானதாக ஆக்குகிறது மற்றும் வெடிப்பு இடத்திற்கு அருகில் உள்ள மக்களின் வாழ்க்கையை கணிசமான ஆபத்தில் வைக்கிறது. நிலநடுக்கங்கள் நிலத்தில் பெரிய விரிசல்களை ஏற்படுத்தும், இதனால் பெரிய அளவிலான உயிர் இழப்புகள் மற்றும் சொத்துக்களுக்கு குறிப்பிடத்தக்க சேதம் ஏற்படலாம்.

எரிமலை வெடிப்பின்போது ஏற்படும் வாயுக்களின் வெடிப்பு காரணமாக எரிமலை வெடிப்புகள் கிரகத்தின் காலநிலையில் கடுமையான விளைவுகளை ஏற்படுத்துகின்றன. வளிமண்டலத்தில் ஒருமுறை வாயுக்கள் கிரகத்தை பெரிதும் பாதிக்கின்றன மற்றும் கணிக்க முடியாத வானிலைக்கு வழிவகுக்கும்.

எரிமலை வெடிப்பு ஏற்படும் போது, அது பெரும்பாலும் 'பைரோ கிளாஸ்டிக் ஃப்ளோஸ்' எனப்படும் சூடான வாயு மேகங்களை உருவாக்குகிறது. இது சிறிய எரிமலை பாறைகள், குப்பைகள் போன்றவற்றைக் கொண்டுள்ளது. அவை மிக அதிக வேகத்தில் பயணிக்கின்றன மற்றும் விதிவிலக்காக அதிக வெப்பநிலை கொண்டவை. அவற்றில் சிக்கிய அல்லது அவர்களுடன் தொடர்பு கொண்ட எந்தவொரு நபரும் உடனடியாக கொல்லப்படுகிறார்.

எரிமலை சாம்பல் பாறைகள் மற்றும் கனிமங்களின் பல சிறிய துண்டு களைக் கொண்டுள்ளது மற்றும் பெரும்பாலும் எரிமலைக் கண்ணாடியையும் கொண்டுள்ளது. இவை சுவாசித்தால் மனிதர் களுக்கும், விலங்குகளுக்கும் மிகவும் தீங்கு விளைவிக்கும்.

எரிமலை வெடித்து பூமியின் மேற்பரப்பில் பொருட்களை வெளியிடும் செயல்முறையை எரிமலை குறிக்கிறது. இது மகத்தான நேர்மறை மற்றும் எதிர்மறை தாக்கங்களைக் கொண்ட ஒரு குறிப்பிடத்தக்க புவியியல் நிகழ்வு ஆகும். அதன் தொடர்ச்சியாக எரிமலை வெடிப்பு பெரிய அளவில் சொத்துக்கள் மற்றும் உயிர் சேதங்களுக்கு வழிவகுக்கிறது. அதன் பாதிப்புகள் குறைந்து, எரிமலை வெடித்த இடத்திற்கு அருகில் வசிக்கும் மக்களின் இயல்பு வாழ்க்கை திரும்ப பல ஆண்டுகள் ஆகும்.

மேலும், இது பெரிய அளவிலான பூகம்பங்கள், பைரோகிளாஸ்டிக் ஓட்டங்கள் மற்றும் மனிதர்களுக்கு தீங்கு விளைவிக்கும் பல ஏரோசோல்களுக்கு வழிவகுக்கிறது. இருப்பினும், பல ஆண்டு களாக, எரிமலை வெடிப்புகள் புதிய நிலப்பரப்புகளை உருவாக்கி, அதிக வளமான மண்ணை உருவாக்கி, புதிய ஏரிகளை உருவாக்கு வதன் மூலம் கிரகத்தை சாதகமாக பாதித்துள்ளன. எனவே, எரிமலைகள் முதலில் மிகவும் அழிவுகரமானதாகத் தோன்றி னாலும், உண்மையில் அவை நிறைய கிரகத்தில் நேர்மறையான மற்றும் நன்மை பயக்கும் விளைவுகள்.

5. எரிமலை வெடிக்கும்போது என்ன நடக்கும்?

ஒரு பிரதேசத்தில் எரிமலையானது வெடிக்கும்போது அப்பிரதேசத்தில் எங்கும் வெப்பநிலையானது பரவி காணப்படும். இதன் காரணமாக வெப்பநிலையில் சடுதியான அதிகரிப்பினை காட்டி நிற்கும். இது தவிர ஒவ்வொரு வருடமும் எரிமலை வெடிப்பினால் 110 மில்லியன் டன் கார்பன்-டை-ஆக்சைடு வாயு வெளியேறுகின்றது. இதனால் பச்சை வீட்டு வாயுக்களின் செறிவு அதிகரிப்பதால் புவியில் வெப்பநிலை அதிகரிக்கும்.

எரிமலையின் கக்குகை காரணமாக அதன்மூலம் வெளியேறும் பாறைத்துண்டுகள், சாம்பல்கள், வாயுக்கள் போன்றவற்றினால் சூழலானது மாசடைகின்றது. குறிப்பாக அவை வீசப்படுகின்ற சந்தர்ப்பத்தில் மனித குடியிருப்புக்கள், வேறு இடங்களில் பரவி சென்று சூழலினை மாசுபட செய்கின்றன.

ஒரு பிரதேசத்தில் எரிமலை கக்குகையின் காரணமாக அதன் தீவிரத் தன்மை காரணமாக உயிரிழப்புகள் ஏற்பட வாய்ப்புள்ளது. குறிப்பாக மனிதர்கள், கால்நடைகள் என பல்வேறு உயிரிழப்புகள் நடைபெறும். குறிப்பாக 1783-1885 ஆண்டு வரை லாவாக் எனும்

எரிமலை வெடித்து ஐஸ்லாந்தின் 1/4 பங்கு மக்களினை காவு கொண்டதாக வரலாறுகள் கூறுகின்றன. மற்றும் கி.பி. 79ஆம் நூற்றாண்டில் வெஸ்சுவியஸ் சிகரத்தில் தீவிர எரிமலை குமுறல் கிளம்பி ஹெர்குவானியம், பாம்பி எனும் இரு பெரு நகரங்கள் மாண்டதோடு மட்டுமல்லாமல் நச்சு வாயு வெளியேற்றத்தினால் 20000 பேர் இறந்துள்ளனர்.

குறிப்பாக துருவ பகுதிகள் அல்லது மேற்கத்திய நாடுகள் எரிமலை கக்குகை நிகழும் போது வெளியேறும் லாவா குழம்பு சூழல் எங்கும் பரவுவதோடு மட்டுமல்லாமல் அதன் வெப்பத்தின் காரணமாக முனைவு பகுதி பனிப்படலங்கள் உருகுகின்ற நிலை ஏற்படவுள்ளது. இதனால் கரையோர வெள்ளப்பெருக்கு ஏற்படுவதோடு கடல் மட்டமும் அதிகரிக்கின்றது

ஒரு பிரதேசத்தில் எரிமலை கக்குகை காரணமாக அப்பிரதேசத்தில் வெளியேறும் நச்சு வாயுக்களினால் விவசாய போர்வைகள் அழிக்கப்படுகின்றன. மற்றும் வெப்பநிலை அதிகரிப்பு காரணமாக தாவரங்கள் கருகுகின்ற நிலை ஏற்படும். இதன்போது விவசாய மானது பதிக்கப்படுவதனை அவதானிக்கலாம். 2010 ஆம் ஆண்டு ஐஸ்லாந்தில் எஜாப்யலாஜோக்குல் எரிமலை வெடிப்பின் காரணமாக பியர்ஸ் உற்பத்தி, மரக்கறி உற்பத்தி ஆகியன பாதிக்கப்பட்டது.

கடந்த 2010 ஆம் ஆண்டு ஏப்ரல் மாதம் ஐஸ்லாந்தில் உள்ள எஜாப்யலாஜோக்குல் எரிமலை கக்குகை இடம்பெற்றது. இது தொடர்ந்து 6-8 நாட்கள் நிகழ்ந்தது. இதன் காரணமாக ஐஸ்லாந்து, அயர்லாந்து, ஸ்காட்லாந்து, ஐக்கிய ராச்சியம், பிரான்ஸ் உட்பட 20 ஐரோப்பிய நாடுகள் பாதிக்கப்பட்டன. அத்துடன் வளிமண்டல பரப்பில் 8 கிலோமீட்டர் வரை இதன் தாக்கம் உணரப்பட்டது.

இவ் எஜாப்யலாஜோக்குல் எரிமலையானது கடல் மட்டத்திலிருந்து 1666 மீட்டர் உயரத்தினை கொண்டு அமைந்துள்ளது. இவ் வெடிப்பின் காரணமாக 0.3 கிலோமீட்டர் வரை லாவா குழம் பானது பரவியது. இதனால் பல பாதிப்புகள் ஏற்பட்டன. இவ் எரிமலை கக்குகையினால் 1.3-2.8 மில்லியன் டன் காபனீரொட சைடு வெளியேறியது. இவ் எரிமலை கக்குகையினால் வளிமண்டல பரப்பில் மாற்றங்கள் நிகழ்ந்தன.

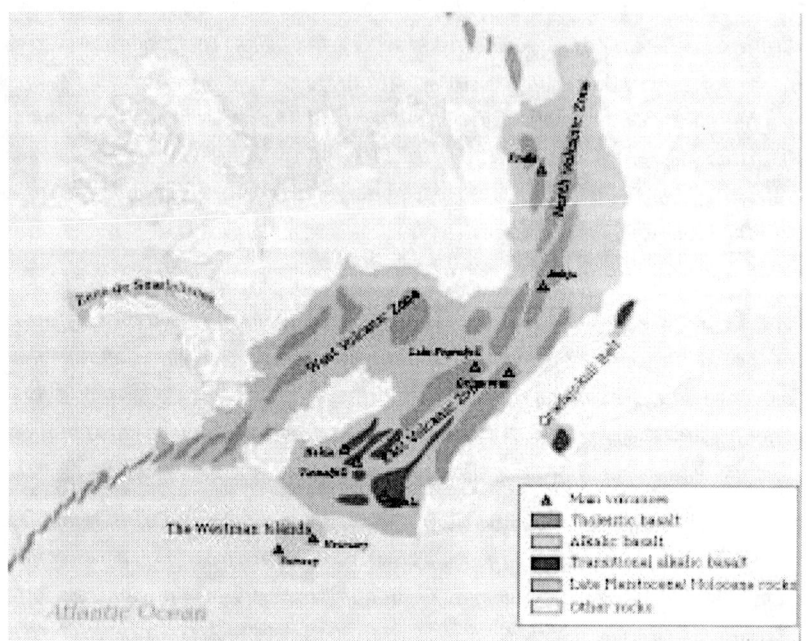

குறிப்பாக விமான சேவைகள் 10 நாட்கள் வரை இடைநிறுத்தி வைக்கப்பட்டன. இதன் காரணமாக 10 மில்லியன் பிரயாணிகள் பாதிக்கப்பட்டனர். எரிமலை வெடித்து முதல் 6 நாட்களில் 9500 விமான சேவைகள் இடை நிறுத்தப்பட்டது. 8வது நாளில் 10700 விமான சேவைகள் இடைநிறுத்தப்பட்டது. இதனால் உலகளாவிய ரீதியில் 200 மில்லியன் $ இழப்பு ஏற்பட்டது. இது தவிர IATA airlines industry இன் வருமானத்தில் 1.3 பில்லியன் $ இழக்கப்பட்டது.

இவ் எரிமலை வெடிப்பினால் முனைவு பகுதியிலுள்ள பனிப் படலங்கள் உருகுகின்ற நிலை ஏற்பட்டது. இதன் காரணமாக கரையோர பகுதியில் வெள்ளப்பெருக்கு நிலை ஏற்பட்டது.

6. நியூசிலாந்து எரிமலை வெடிப்பு

நியூசிலாந்தில் உள்ள எரிமலை வெடித்ததில் பலர் காணாமல் போனதாகவும், ஐந்து பேர் உயிரிழந்துள்ளதாகவும் போலீசார் தெரிவிக்கின்றனர்.

எரிமலை வெடிப்பதற்கு சில நிமிடங்களுக்கு முன்பு சுற்றுலாப் பயணிகள் அங்குள்ள ஒயிட் தீவின் பள்ளத்தாக்கிற்கு சென்றுள்ளனர் என்பது தெரிய வந்தது.

எரிமலை வெடிப்பு ஏற்பட்ட பகுதியில் இருந்து 23 பேர் மீட்கப் பட்டதாகவும், உயிரிழந்தவர்களின் எண்ணிக்கை அதிகரிக்கக்கூடும் என்றும் காவல் துறையினர் கூறுகின்றனர். மீட்பு பணிகளை மேற் கொள்வது தற்போதைய சூழ்நிலையில் மிகவும் ஆபத்தானது என்றும் தெரிவிக்கின்றனர்.

ஒயிட் தீவு வகாரி என்றும் அழைக்கப்படும், இந்த எரிமலை எந்த நேரத்திலும் வெடிக்கக்கூடும் என்று எதிர்பார்க்கப்பட்டது.

இருப்பினும் இந்த தீவு மிக முக்கியமான சுற்றுலாத் தலமாக விளங்கியது. பலர் இங்கு ஒரு நாள் சுற்றுப்பயணம் மேற்கொள்வர்.

உள்ளூர் நேரப்படி சரியாக காலை 02.11 மணியளவில் எரிமலை வெடித்தது. காலை சுற்றுலா பயணத்தை முடித்துவிட்டு படகில் சென்று கொண்டிருந்தபோது, எரிமலை வெடித்து புகை மூட்டமாக காட்சியளிக்கும் எரிமலையை சுற்றுலா பயணி மைகேல் சண்டே என்பவர் காணொளியாக பதிவு செய்துள்ளார்.

ஒயிட் தீவை சுற்றி நியூசிலாந்து மற்றும் வெளிநாடுகளை சேர்ந்த பல சுற்றுலா பயணிகள் இருந்ததாக நியூசிலாந்து பிரதமர் ஜெசிந்தா ஆர்டெர்ன் தெரிவித்துள்ளார்.காவல்துறையினர் மீட்பு பணிக்காக தனி குழுவை அமைத்து செயல்படுகின்றனர், ஆனால் கற்கள் மற்றும் எரிமலை துகள்கள் வெடித்து சிதறுவதால், அங்கு செல்வதில் இடையூறு ஏற்பட்டுள்ளது என பிரதமர் கூறினார்.

எரிமலை வெடிப்பதற்கு 30 நிமிடங்களுக்கு முன்பு அந்த மலை அடிவாரத்தில் தான் இருந்ததாக பிபிசியிடம் அவர் கூறினார்.

“பாதுகாப்பான சூழலே அங்கு நிலவியது, ஆனால் சுற்று பயணம் மேற்கொள்ளவரும் குழுக்களின் எண்ணிக்கையை அவர்கள் குறைக்க முயற்சித்தனர்” என்றும் மைக்கேல் கூறினார்.

“நாங்கள் திரும்பி செல்வதற்காக படகில் ஏறிவிடும். பிறகு யாரோ ஒருவர் சொல்லியே, எரிமலை வெடித்ததை கவனித்தோம், முதலில் பயந்து விட்டேன்” என்று அவர் மேலும் தெரிவித்தார்.

“படகை திருப்பி கொண்டு சென்று அங்கு காத்திருந்த இன்னும் சில சுற்றுலா பயணிகளை ஏற்றிக்கொண்டு வந்து சேர்ந்தோம்” என்றும் மைக்கேல் தெரிவித்தார்.

அங்கு நேரடியாக பதிவு செய்யப்பட்ட காட்சிகளில் இன்னும் சிலர் மலை அடிவாரத்தில் இருப்பது தெரியவந்தது.

7. ஒயிட் தீவில் எரிமலை வெடிப்பு

ஒயிட் தீவை சுற்றி நியூசிலாந்து மற்றும் வெளிநாடுகளை சேர்ந்த பல சுற்றுலா பயணிகள் இருந்ததாக நியூசிலாந்து பிரதமர் ஜெசிந்தா ஆர்டெர்ன் தெரிவித்துள்ளார்.

எரிமலை வெடித்தபோது அங்கு இருந்த தங்களின் உறவினர்கள் மற்றும் நண்பர்கள் குறித்து அனைவருக்கும் கவலை உள்ளது என்பதை நான் அறிவேன். மீட்புப்பணிக்காக காவல்துறையினர் தங்களால் முடிந்த அனைத்து நடவடிக்கைகளையும் மேற்கொண்டு வருகின்றனர் எனவும் நியூசிலாந்து பிரதமர் ஜெசிந்தா ஆர்டெர்ன் தெரிவித்தார்.

காவல் துறையினர் மீட்பு பணிக்காக தனி குழுவை அமைத்து செயல்படுகின்றனர். ஆனால் கற்கள் மற்றும் எரிமலை துகள்கள் வெடித்து சிதறுவதால், அங்கு செல்வதில் இடையூறு ஏற்பட்டுள்ளது என பிரதமர் கூறினார்.

இந்த கட்டத்தில், தீவிற்குள் சென்று மீட்பு பணி மேற்கொள்வது போலீசாருக்கு மிகவும் ஆபத்தான பணியாக உள்ளது என காவல் துறை அதிகாரி ஜான் டிம்ஸ் கூறுகிறார். மீட்பு பணியை பாது

காப்பாக மேற்கொள்ள நிபுணர்களிடம் அறிவுரை கேட்டு செயல் படுகிறோம் என்றும் ஜான் டிம்ஸ் தெரிவித்தார்.

ஆரம்ப கட்டத்தில் தீவை சுற்றி 100 பேர் இருந்ததாக காவல் துறையினர் கூறுகின்றனர், பிறகு 50 பேர் என எண்ணிக்கையை குறைத்துள்ளனர். பயனாளர்களில் சிலர் ராயல் கரீபியனுக்குச் சொந்தமான ஓவன்ஷன் ஆஃப் தி சீஸ் என்ற கப்பல் மூலம் பயணித்து ஒயிட் தீவுக்கு வந்தவர்கள் என்று கருதுகின்றனர்.

டிசம்பர் 3 ஆம் தேதி, புவியியல் ஆபத்து கண்காணிப்பு வலைத் தளமான ஜியோநெட் 'எரிமலையின் வெடிக்கும் தன்மையை நாம் எதிர்பார்க்கும் காலக்கட்டம் வந்துவிட்டது' என்று எச்சரித்தது. மேலும் 'தற்போதைய செயல்பாட்டு நிலை பார்வையாளர்களுக்கு நேரடி ஆபத்தை ஏற்படுத்தாது' என்றும் கூறியது.

எச்சரிக்கை நிலை சமீபத்தில் அதிகரிக்கப்பட்டது. மக்கள் மத்தியில் பரபரப்பும் நிலவியது, என்று ஆக்லாந்து பல்கலைக்கழகத்தின் இணை பேராசிரியர் ஜேன் லிண்சே கூறினார்.

இந்த எரிமலையில் இருந்து நீராவி மட்டுமே வெளிப்படுகிறது, இன்னும் முழு விவரம் தெரியவில்லை என்றும் லிண்சே கூறினார்.

எச்சரிக்கை விடுக்கப்பட்ட நிலையில் அங்கு சுற்றுலா பயணிகளை அனுமதித்திருக்க கூடாதே? என்று கேட்கப்பட்ட கேள்விக்கு, 'இது தனியாருக்குச் சொந்தமான தீவு மற்றும் ஏராளமான தனியார் சுற்றுலா நிறுவனங்கள் இங்கு இயங்குகின்றன. எனவே அரசாங்கத்தின் கட்டுப்பாட்டில் இல்லை' என்று பதிலத்தார்.

ஒயிட் தீவு பல ஆண்டுகளாக பல எரிமலை வெடிப்புகளைக் எதிர் கொண்டுள்ளது, மிக சமீபத்தில் 2016லும் ஒரு எரிமலை வெடித்தது, ஆனால் யாருக்கும் காயம் ஏற்படவில்லை.

எரிமலை வெடிப்பின் துகள்கள் அப்பகுதி மக்களின் குடியிருப்பு களில் விழ வாய்ப்புள்ளதால், காவல் துறையினர் அவர்களை வேறு இடங்களுக்கு செல்ல அறிவுறுத்தியுள்ளனர்.

8. எரிமலையைக் கட்டுப்படுத்துவது எப்படி?

குறைந்தது ஒரு நூற்றாண்டு காலமாக மனிதர்கள் எரிமலைகளைப் பற்றி ஆராய்ந்து கொண்டிருக்கிறார்கள்.

எடுத்துக்காட்டாக, 1919ஆம் ஆண்டில், இந்தோனேசியாவில் உள்ள கெலுட் மலையில் லாஹார் எனப்படும் எரிமலையில் இருந்து வெளியேறிய தீப்பிழம்பால் 5,000க்கும் அதிகமானோர் உயிரிழந்தனர். அதுபோன்ற சம்பவம் மீண்டும் நடைபெறாமல் இருக்க, பொறியாளர்கள் ஏரியில் இருந்து வரும் தீப்பிழம்பை வெளியேற்ற பள்ளம் வழியாக சுரங்கம் தோண்டினர்.

கடந்த 1951இல் அடுத்த முறை நடந்த எரிமலை வெடிப்பின்போது, ஏரியில் இருந்து வெளியேறிய தீப்பிழம்பின் அளவு 90% குறைந்து விட்டது. எனவே எரிமலைக் குழம்பு குறைவான பாதிப்பை ஏற்படுத்தியது.

ஆனால், கெலுட் மலையில் துளையிடல் எதிர்பாராத விளைவுகளையும் ஏற்படுத்தியது. காலப்போக்கில், அது எதிர்பாராத விதமாக ஏரியை ஆழப்படுத்தியது. அதனால் 1966இல் அது வெடித்தபோது, 300 பேரைக் கொல்லும் அளவுக்கு தீப்பிழம்பு வெளியேறியது.

சில நேரங்களில், ஒரு எரிமலையில் துளையிடுவதால் முற்றிலும் எதிர்பாராதவையும் நடக்கலாம். சமீபத்திய ஆண்டுகளில் ஐஸ்லாந்து, ஹவாய் மற்றும் கென்யாவில், அறிவியல் மற்றும் புவிவெப்ப துளை யிடும் தளங்களில் ஆபரேட்டர்கள் தற்செயலாக மாக்மா பகுதியில் துளையிட்டபோது, அது மோசமான விளைவுகளை ஏற்படுத்தி யிருக்கிறது.

இந்தச் சம்பவங்களால், எரிமலையின் ஒரு பகுதியில் துளையிடுவதன் மூலம் எரிமலை வெடிப்பின்போது ஏற்படும் பாதிப்பு மற்றும் விளைவுகளைத் தணிக்க முடியுமா என்ற கேள்வியும் எழுந்துள்ளது. பொதுவாக, எரிமலை வல்லுநர்கள் தங்கள் துறையில் புவி பொறி யியலைத் ஏற்றுக்கொள்வதில் எச்சரிக்கையாக இருப்பதாக கூறுகிறார் காசிடி.

வழக்கமாகக் கட்டுப்படுத்தப்படும் காட்டுத்தீ, வெள்ளம் அல்லது பனிச்சரிவுகள் போன்ற இயற்கை அபாயங்களைப் போல, எரி மலையைக் கட்டுப்படுத்துவதை விஞ்ஞானிகள் அணுகவில்லை. எரிமலையில் இருந்து வெளியேறும் வாயுவைக் கட்டுப்படுத்துவது, தீப்பிழம்பை மடைமாற்றுவது, எரிமலை மீது குண்டுவீசுவது போன்ற யோசனைகளை மிக எச்சரிக்கையுடன் அணுகுகின்றனர் விஞ்ஞானிகள்.

'எரிமலை வல்லுநர்கள் அதைப் பற்றிப் பேச விரும்புவதில்லை,' என்கிறார் காசிடி. 'அபாயத்தைப் பற்றி எங்களால் எதுவும் செய்ய முடியாது. நாங்கள் விஞ்ஞானிகள், தலையீட்டாளர்கள் அல்ல,' என்ற கருத்து விஞ்ஞானிகள் மத்தியில் உள்ளதாக காசிடி கூறினார்.

இருபதாம் நூற்றாண்டின் நடுப்பகுதியில் எரிமலையியல் என்ற ஒரு முழுமையான அறிவியல் துறை தோன்றியதில் இருந்தே முன் னெச்சரிக்கையாக இருப்பதே பொதுவான கொள்கையாக உள்ள தாகவும் காசிடி கூறுகிறார்.

எடுத்துக்காட்டாக, அமெரிக்காவின் புவியியல் ஆய்வுத்துறையின் இணையதளத்தில், யெல்லோஸ்டோன் சூப்பர் எரிமலையின் (Yellowstone supervolcano) வெடிப்பைத் தடுக்கத் துளையிடும் யோசனை நிராகரிக்கப்பட்டது.

ஏனெனில், மாக்மா பகுதியில் துளையிடுவதால், பல எதிர்பாராத எதிர்மறையான விளைவுகளை ஏற்படுத்தும் எனக் கூறியுள்ளனர். ஆனால், அது என்ன விளைவுகள், எப்படி நடக்கும் என இணைய தளத்தில் விவரிக்கப்படவில்லை.

இருப்பினும், எரிமலை புவிசார் பொறியியல் மூலம் பல உயிர் களைக் காப்பாற்ற முடியும் என்பது தெளிவாகிறது.

யெல்லோஸ்டோனைப் (Yellowstone) போலவே, உலகம் முழுவதும் சூப்பர் எரிமலைகள் உள்ளன. உதாரணமாக, இத்தாலியில், நேபிள்ஸில் உள்ள நூறாயிரக்கணக்கான மக்களின் வீடுகள் மற்றும் வணிகங்களுக்கு அருகில் கேம்பி ஃப்ளெக்ரே (Campi Flegrei) என்ற எரிமலை சமீபகாலமாக சத்தமிட்டு வருகிறது. அது எப்போது வேண்டுமானாலும் வெடிக்கலாம் என புவியியலாளர்கள் அஞ்சு கின்றனர்.

சில எரிமலைகளின் மோசமான விளைவுகளை நாம் முன்பே தணிக்க முடியும், ஆனால் வெடிப்பதை முழுவதுமாக நிறுத்த முடிந்தால்?

அப்படி செய்வதற்கு முன், அதில் உள்ள அபாயங்கள் மற்றும் நெறிமுறை சந்தேகங்களைக் கருத்தில் கொள்ள வேண்டும்.

கேமரூனில் 1986ஆம் ஆண்டு ஓர் இரவில், அங்கிருந்து ஒரு எரிமலை ஏரியிலிருந்து கரிம வாயு (CO_2) கசிவு ஏற்பட்டது. அந்த வாயு மெல்ல மெல்லக் கீழே படர்ந்து, அருகிலிருந்த பண்ணைகள், விவசாய நிலங்கள், மக்களின் குடியிருப்புகள் என அனைத்து இடங்களையும் சூழ்ந்தது.

இதனால், அப்பகுதியில் இருந்த 1700க்கும் மேற்பட்ட மக்கள் மூச்சுத் திணறலால் உயிரிழந்தனர்; 3000க்கும் மேற்பட்ட கால்நடைகளும் மூச்சுத் திணறி உயிரிழந்தன.

இந்த 'லிம்னிக்' வெடிப்பு என அழைக்கப்படும் நியோஸ் ஏரியின் பேரழிவால் இறந்தவர்களின் எண்ணிக்கை மிக அதிகமாக இருந்தது. அதனால், இனி அப்படி ஒரு சூழல் ஏற்படாமல் இருக்கவும், அவற்றைத் தடுக்கவும் விஞ்ஞானிகள் மற்றும் பொறியாளர்களுக்கு அறுவுறுத்தப்பட்டது.

மூன்று ஆண்டுகளுக்குப் பிறகு, அவர்கள் ஏரியின் அடிப்பகுதியில் இருந்து ஒரு எளிய தோட்டக் குழாய் மூலம் கொடிய வாயுவை வெளியேற்றத் தொடங்கினர். பின்னர், பெரிய குழாய்களையும் இந்தப் பணிக்காகப் பயன்படுத்தினர்.

இந்த முயற்சியில் ஆபத்து இல்லாமல் இல்லை. இந்த முயற்சி மற்ற வாயு கசிவைத் தூண்டியிருக்கலாம். ஆனால், இந்த முயற்சி பயனளித்தது. அதற்குப் பிறகு, அப்பகுதியில் கரிம வாயு கசிவின் அளவு பெரிய அளவில் கட்டுப்படுத்தப்பட்டது. இதுவொரு வெற்றிகரமான முயற்சியாகவும் பார்க்கப்பட்டது.

எரிமலையால் ஏற்படும் பேரழிவைத் தடுக்கும் பல்வேறு முயற்சிகளில், இதுவும் ஒன்று. எடுத்துக்காட்டாக, கடந்த வாரம், ஐஸ்லாந்தின் ரெய்க்ஜேன்ஸ் தீபகற்பத்தில் ஒரு எரிமலை வெடிக்கத் தொடங்கியது. அங்கிருந்த அதிகாரிகள் பாறை மேடுகளைப் பயன்படுத்தி, அந்த எரிமலையின் ஓட்டத்தை மடைமாற்றி இயக்க முயன்றனர்.

அதேபோல, 1970களில் ஹெய்மேய் என்ற எரிமலையின் வெளியேற்றத்தைக் குளிர்விக்க கடல்நீரைப் பயன்படுத்த முயன்றனர்.

ஹவாய் போன்ற மற்ற இடங்களில், எரிமலைகளைக் கட்டுப் படுத்தும் முயற்சியில் விமானங்களில் இருந்து குண்டுளை வீசினர். ஆனால், அது பயனளிக்கவில்லை. எதிர்காலத்தில், எரிமலையின் மாக்மா பகுதியில் துளையிட்டு வாயுவை வெளியேற்ற முயற்சி எடுக்கலாம்.

இருப்பினும், இந்த நுட்பங்கள் மற்றும் வழிமுறைகளால், அபாயங்களும் உள்ளது, நன்மைகளும் உள்ளது. மேலும், இந்த வழிமுறைகள் அனைத்தும் நெறிப்படி சரியா என்ற சந்தேகம் இருந்து கொண்டேதான் இருக்கிறது.

பர்மிங்காம் பல்கலைக்கழகத்தின் எரிமலை நிபுணர் மைக்கேல் காசிடி மற்றும் அவரது சகாக்கள் எரிமலை புவி பொறியியலின் நெறிமுறைகளை ஆழமாக ஆராய்ந்து வருகின்றனர். இதில், நமக்கு எழும் முக்கியமான கேள்வி என்னவென்றால், எரிமலைகளை நம்மால் கட்டுப்படுத்த முடியுமா என்பது தான்.

புவிசார் பொறியியல் மூலம் பெரும் பேரழிவுகளையும், அதன் விளைவுகளையும் குறைக்கலாம். சில எரிமலைகள் உலக அளவில் பொருளாதார ரீதியாகவும், காலநிலை ரீதியாகவும் தாக்கங்களை ஏற்படுத்தும். உதாரணமாக, 2010இல் ஐஸ்லாந்தில் E15 எரிமலை வெடித்தபோது, ஐரோப்பா முழுவதும் ஆயிரக்கணக்கான விமானங்கள் தரையிறக்கப்பட்டன. இதனால், பெரும் நஷ்டம் ஏற்பட்டது.

அதேபோல, மலாக்கா ஜலசந்தி போன்ற இடங்களில் உள்ள எரிமலைகள் வெடித்தால், கப்பல் போக்குவரத்து பாதிக்கப்பட்டு, உலகளாவிய வர்த்தகத்தை முடக்கலாம்.

அதேபோல, காலநிலையிலும் விளைவுகள் ஏற்படுத்த வாய்ப்புள்ளது. மனிதர்கள் வெளியேற்றும் கரிம வாயுவுடன் எரிமலை களில் இருந்து வெளியேறும் கரிம வாயு வளிமண்டலத்தில் சேர்ந்து, சூரியனைத் தடுத்து, குளிர்ச்சியான ஒரு மாற்றத்தை ஏற்படுத்தும்.

எடுத்துக்காட்டாக, 1816ஆம் ஆண்டில், தம்போரா மலை வெடித்த தால், அதன் துகள்கள் வளிமண்டலத்தில் படர்ந்ததன் விளைவாக,

வடக்கு அரைக்கோளம் பகுதியில் கோடை இல்லாத ஓர் ஆண்டாக அந்த ஆண்டு இருந்தது.

உலகம் முழுவதும் உள்ள மிகப்பெரிய எரிமலைகளின் அளவைக் கருத்தில் கொண்டால், அவற்றால் ஏற்படும் உலகளாவிய தாக்கங்கள் இந்த எடுத்துக்காட்டுகளைவிட மிக மோசமாக இருக்கும்.

கேம்பிரிட்ஜ் பல்கலைக்கழகத்தில் காசிடி மற்றும் இருத்தலியல் ஆபத்து குறித்து ஆராய்ச்சியில் ஈடுபட்டு வரும் ஆராய்ச்சியாளர் லாரா மணி ஆகியோர் உலகம் முழுவதும் உள்ள எரிமலைகள் வெடித்தால், அவற்றால் ஏற்படும் மோசமான விளைவுகளை ஆராய்ந்தனர்.

உலகளவில் மூன்று டிகிரி வெப்பநிலை உயர்வு, விவசாயத்தில் பெரும் இழப்பு, நமது விநியோகச் சங்கிலியில் ஏற்படும் பாதிப்பு, வறட்சி அல்லது அதீத பருவமலை போன்ற தீவிர வானிலை மாற்றம் ஏற்பட்டு பூமியில் உள்ள அனைவரும் பாதிக்கப்படலாம் என அவர்கள் அஞ்சினார்.

அதனால்தான் காசிடி மற்றும் மணி - ஆக்ஸ்போர்டு பல்கலைக்

கழகத்தில் உள்ள தத்துவஞானி ஆண்டர்ஸ் சாண்ட்பெர்க் உடன் இணைந்து எரிமலை புவி பொறியியலின் சாத்தியக்கூறுகள் மற்றும் நெறிமுறைகள் பற்றி வெளிப்படையாகப் பேச வேண்டும் என்று வாதிடுகின்றனர்.

'நிச்சயமற்ற தன்மைகளும் அபாயங்களும் அதிகம் உள்ளது' என்றார் காசிடி.

"உதாரணமாக, எரிமலைக்குள் துளையிடுவதை எடுத்துக் கொள்ளுங்கள். கவனமாகத் துளையிடப்பட்ட பின், எரிமலையின் வாயு அழுத்தத்தைக் குறைக்கும். மேலும், எரிமலை வெடிப்பும் குறையும். ஐஸ்லாந்து, ஹவாய் மற்றும் ஆப்பிரிக்காவில் உள்ள எரிமலைகளின் மாக்மா பகுதியில் உள்ள புவியியலாளர்கள் துளையிட்டபோது, எதுவும் நடக்கவில்லை.

ஆனால், அனைத்து இடங்களிலும் இப்படி எந்த அபாயமும் இல்லாமல் அந்தப் பணி முடியும் எனக் கூற முடியாது. சில இடங்களில் அசம்பாவிதங்கள் ஏற்படவும் வாய்ப்பிருக்கிறது.

இதையே அதிக ஆவியாகும் தன்மையுடன் இருக்கும் ஒரு துணை மண்டல எரிமலையில் செய்திருந்தால், அதன் விளைவுகள் வேறு மாதிரியாக இருக்கலாம். நாங்கள் இதைப் பற்றி மிகக் குறைவான ஆராய்ச்சியே மேற்கொண்டுள்ளோம்" என்கிறார் காசிடி.

காசிடி மற்றும் சகாக்கள் இரண்டு விஷயங்களை எழுப்புகின்றனர்: முதலாவதாக, மாக்மா பகுதியில் துளையிடுதல் போன்ற தடுப்பு முயற்சிகளின் சாத்தியக்கூறு, மற்றும் கந்தக உமிழ்வுகளின் வளி மண்டலத்தை சுத்தம் செய்வது போன்ற பிற நுட்பங்கள் குறித்து அதிக ஆராய்ச்சி இருக்க வேண்டும், இரண்டாவதாக, இத்தகைய தலையீடுகள் எழுப்பும் நெறிமுறை சிக்கல்களை நாம் ஆராய வேண்டும்.

✸

9. இந்தோனேசியாவில் மவுண்ட் ருவாங் எரிமலை வெடித்தது

இந்தோனேசியாவின் வடக்கு சுலவேசியில் உள்ள சாங்கிஹே தீவுகளின் தெற்கே உள்ள அடுக்கு எரிமலையான மவுண்ட் குவாங் ஏப்ரல் 17 அன்று குறைந்தது ஐந்து பெரிய வெடிப்புகளைக் கொண்டிருந்தது. இதனால் எரிமலை மற்றும் புவியியல் பேரிடர் தணிப்பு மையம் அதன் உயர்மட்ட எச்சரிக்கையை வெளியிட்டது. இது செயலில் வெடிப்பதைக் குறிக்கிறது.

இந்தோனேசிய அதிகாரிகள் வெடிப்புகளுக்குப் பிறகு சுனாமி எச்சரிக்கையை வெளியிட்டனர். 1871 போழிவு மீண்டும் நிகழும் என்ற அச்சத்தின் மத்தியில் எரிமலையின் ஒரு பகுதி கடலில் சரிந்து சுனாமியை ஏற்படுத்தக்கூடும் என்ற கவலை.

இறப்புகள் அல்லது காயங்கள் ஏற்பட்டதாக எந்த அறிக்கையும் இல்லை. ஆனால் தொலைதூர தீவு டகுலாண்டாங் உட்பட அருகிலுள்ள பகுதிகளில் வசிப்பவர்கள் சுமார் 20,000 பேர் வெளியேற அறிவுறுத்தப்பட்டனர் மற்றும் உள்ளூர் மாகாண விமான நிலையம் மூடப்பட வேண்டிய கட்டாயம் ஏற்பட்டது.

2018 ஆம் ஆண்டில், இந்தோனேசியாவின் அனக் க்ரகடாவ் எரிமலையின் வெடிப்பு சுமத்ரா மற்றும் ஜாவா கடற்கரைகளில் சுனாமியை ஏற்படுத்தியது. பின்னர் மலையின் சில பகுதிகள் கடலில் விழுந்து 430 பேர் கொல்லப்பட்டனர்.

டோங்கா மற்றும் பசிபிக் பகுதியில் எரிமலை வெடிப்பு

தெற்கு பசிபிக் பகுதியில் உள்ள ஒரு நீருக்கடியில் எரிமலை வெடித்ததால், சுனாமிகள் ஜப்பானின் ஹவாய் மற்றும் டோங்காவின் மிகப் பெரிய தீவான டோங்காடாபுவைத் தாக்கி, அலைகளை தலை நகருக்குள் அனுப்பியது.

டோங்காவின் ஃபோனுவாஃபோ தீவில் இருந்து தென்கிழக்கே சுமார் 30 கிலோமீட்டர் (18.6 மைல்) தொலைவில் உள்ள ஹங்கா-டோங்கா- ஹுங்கா-ஹா'பாய் எரிமலை, முதலில் ஜனவரி 14 வெள்ளிக்கிழமையும், இரண்டாவது முறையாக ஜனவரி 15 சனிக்கிழமையும் உள்ளூர் நேரப்படி மாலை 5:26 மணியளவில் வெடித்தது. ஊடக அறிக்கைகளுக்கு வெடிப்புகள் சாம்பல், வாயு மற்றும் நீராவியை 20 கிலோமீட்டர்கள் (12.4 மைல்கள்) காற்றில் அனுப்பியது.

சாட்டிலைட் படங்கள் ஒரு பெரிய சாம்பல் மேகம் மற்றும் வெடிப்பிலிருந்து அதிர்வு அலைகள் பரவுவதைக் காட்டியது. சனிக்கிழமை மாலை, டோங்கா தலைநகர் நுகுஅலோபாவில் வானத்திலிருந்து சாம்பல் விழுந்தது மற்றும் தொலைபேசி இணைப்புகள் செயலிழந்தன. நிபுணர்களின் கூற்றுப்படி, இந்த வெடிப்பு 30 ஆண்டுகளுக்கும் மேலாக கிரகத்தில் எங்கும் பதிவு செய்யப்படாத மிகப்பெரியதாக இருக்கலாம்.

இந்தோனேசியாவில் மராபி எரிமலை வெடிப்பு

சுமத்ராவில் அமைந்துள்ள இந்தோனேசியாவின் 127 எரிமலைகளில் மிகவும் சுறுசுறுப்பான மராபி மலை, 3 டிசம்பர் 2023 அன்று வெடித்தது. சுமத்ரா இந்தோனேசியாவின் 18,000 தீவுகளில் 2,891 மீட்டர் உயரத்தில் மேற்கு மற்றும் மூன்றாவது பெரியது. இந்தோனேசிய தீவுக்கூட்டம் பசிபிக் நெருப்பு வளையத்தில்

அமர்ந்துள்ளது. இது கண்ட தகடுகளை மோதுவதால் அதிக எரிமலை மற்றும் நில அதிர்வு செயல்பாடுகளை அனுபவிக்கிறது.

எரிமலை டிசம்பர் 3 அன்று வானத்தில் 3 கிலோமீட்டர் உயரத்திற்கு சாம்பலை உமிழ்ந்து சுற்றியுள்ள கட்டிடங்கள், சாலைகள் மற்றும் கார்களை உள்ளடக்கியது. சாம்பல் மேகம் குறைந்த தெரிவு நிலை காரணமாக தேடுதல் மற்றும் மீட்புப் பணிகளுக்கு இடையூறாக இருந்தது. ஆரம்ப வெடிப்பின் போது மலையில் இருந்த 75 மலையேறுபவர்களில், 22 பேர் பலியானதாக அறிவிக்கப்பட்டுள்ளது மற்றும் பலர் வெளியேற்றப்பட்டு தீக்காயங்களுக்கு மருத்துவமனையில் சிகிச்சை பெற்று வருகின்றனர்.

மேலும் ஐந்து வெடிப்புகள் டிசம்பர் 5 அன்று பதிவு செய்யப்பட்டன, அதாவது தேடுதல் மற்றும் மீட்பு முயற்சிகள் இடையிடையே நிறுத்தப்பட்டு, மீட்பவர்களை ஆபத்தில் இருந்து பாதுகாக்கத் தொடங்கியுள்ளன. அதிகாரிகள் எச்சரிக்கையை இரண்டாவது மிக உயர்ந்த நிலைக்கு உயர்த்தியுள்ளனர் மற்றும் குடியிருப்பாளர்கள் பள்ளத்தில் இருந்து 3 கி.மீ தூரத்திற்கு செல்ல தடை விதித்துள்ளனர்.

மராபியின் கொடிய வெடிப்பு ஏப்ரல் 1979 இல் நிகழ்ந்தது, அங்கு 60 பேர் கொல்லப்பட்டனர்.

10. காட்டுத்தீயால் கருகும் உயிர்கள்

சமீபத்தில் பரவிய காற்றுத் தீயினால் மேற்கு தொடர்ச்சி மலையின் காடுகள் பெரும் அழிவுக்கு உள்ளாகி இருக்கின்றன.

பந்திப்பூரில் பற்றி எரிந்த காட்டுத்தீ

கர்நாடக மாநிலத்தில் உள்ள பந்திப்பூர் புலிகள் காப்பகத்தில் தொடர்ந்து எரிந்த காட்டுத் தீயினால் ஏறக்குறைய 3,000 ஹெக்டேர் வனப்பரப்பு எரிந்து போய் உள்ளது என்கிறார் பந்திபூர் வனப்பகுதி களில் சூழலியல் செயல்பாடுகளை முன்னெடுத்து வரும் வன உயிரின காப்பாளர் ராஜ்குமார்.

பந்திப்பூர் புலிகள் காப்பகத்தில் குந்திக்கரே என்னும் வனப்பகுதியில் தொடங்கிய காட்டுத்தீ பந்திப்பூரா, மத்தூர், நீலகோளே, கோபால்சாமி பெட்டா வரை வேகமாக பரவிவிட்டது.

தீ பற்றி படர்வதற்கான முக்கியமான காரணம் காடுகளில் கண்ணுக் கெட்டிய தூரம் வரை பரவியுள்ள உண்ணிச்செடி எனப்படும் லேண்டனா காமரா, காடுகளின் மிகப்பெரும் அச்சுறுத்தலாக உள்ள இந்த களைச் செடிகளால் தீ மிக வேகமாகப் பரவுகின்றன.

இந்த களைச் செடிகள் எரிபொருளை போல செயல்படுகின்றன. வேகமான காற்றும், உண்ணிச் செடிகளும் தீ பரவும் வேகத்தை அதிகப்படுத்துகின்றன. எனவே தீயினை கட்டுப்படுத்துவது பெரும் சவாலாக உள்ளது.

தமிழகத்தின் முதுமலைப் பகுதிகளிலும் தீ பரவியதால் அங்கும் சில பகுதிகள் எரிந்து போயிருக்கின்றன. இது மனிதர்களால் உருவாக்கப் பட்ட தீ தான் தென்னிந்திய பகுதிகளில் இயற்கையாக காட்டுத் தீ உருவான நிகழ்வுகள் இல்லை. விழிப்புணர்வு அற்ற சில மனிதர் களால் இது போன்ற விபரீதங்கள் நடக்கின்றன. ஆனால் இதை செய்தது யார் என்று தெரியவில்லை.

பந்திபூர் வனப்பகுதியினை சுற்றிலும் 123 கிராமங்கள் உள்ளன. அதிகமாக மனித விலங்கு மோதல் உள்ள பகுதி, இந்த மனித - விலங்கு முரண்பாடுகளும் தீ உருவாவதற்கான காரணமாக இருக்க லாம் என்றார் ராஜ்குமார்.

காட்டுத்தீயினை உருவாக்கும் காரணங்கள்

கோவையில் மருதமலை, ஆணைகட்டி ஆகிய வனப்பகுதிகளிலும் காட்டுத்தீ பற்றி எரிந்தது இது குறித்து ஓசை சூழலியல் அமைப்பின் காளிதாசன் உடன் பேசிய பொழுது, 'இந்தியக் காடுகளில் உருவாகும் காட்டுத் தீ பெரும்பாலும் மனிதர்களால் ஏற்படுவது தான். மரங்களோடு மரங்கள் உரசுவதால், சூரிய ஒளியினால் தீ உருவாவதற்கு வாய்ப்பு இருக்கின்றது.

எனினும் இவையெல்லாம் இந்தியாவில் மிக மிக அரிதாகத்தான் நடக்கும். இந்தியக் காடுகளில் 99 சதவீதம் காட்டுத்தீ மனிதர்களால் உருவாக்கப்படுவதுதான். அதில் இரண்டு வகை உள்ளது.

ஒன்று உள்நோக்கத்தோடு வைக்கப்படுவது மரங்களை வெட்டி விட்டு அந்த சுவடுகள் மறைக்கப்படுவதற்காக தீ வைத்து விடுவது, வனத்துறையுடன் உள்ள மோதலால் வனத்திற்கு தீ வைத்து விடுவது, ஆடு மாடுகள் மேய்ப்பவர்கள் தீ வைத்துவிட்டால் அந்த இடத்தில் நன்றாக புல் விளையும் என நினைத்து தீ வைத்து விடுவது. மான் கொம்புகளை எடுப்பதற்காக தீ வைப்பது என பல காரணங்கள் உண்டு.

சில இடங்களில் வக்கிரத்தால்கூட இது நடைபெறுகிறது. காட்டிற்கு தீ வைத்துவிட்டு அதனை பார்த்து ரசிப்பது போன்ற நிகழ்வுகளும் நடந்துள்ளன. ஒரு முறை முதுமலையில் காட்டுத்தீ குறித்த ஆவணப்படம் எடுப்பதற்காக காட்டிற்கு தீவைத்த மற்றொன்று அஜாக்கிரதையால் நிகழ்வது, காடு காய்ந்து கிடக்கும் பொழுது தூக்கி எறியப்படும். பீடி துண்டுகளால் தீ ஏற்படும் சில சமயங்களில் தேன் எடுப்பதற்காக செய்பவர்கள் தேன் கூட்டினை கலைப்பதற்காக பற்ற வைக்கப்படும் தீயில் இருந்து தீப்பொறிகள் பரவி விட்டதால் ஏற்படுவது. சுற்றுலா செல்பவர்கள் வனத்தை ஒட்டிய பகுதிகளில் தீ மூட்டி குளிர் காய்தல் போன்ற கேளிக்கை களில் ஈடுபடுவது ஆகிய பல விழிப்புணர்வும், பொறுப்பும் அற்ற மனித செயல்பாடுகளால் காட்டுத் தீ ஏற்படுகின்றது.

காட்டின் பரப்பு அதிகமாக இருந்த பொழுது காட்டில் ஒரு பக்கம் தீ பற்றி எறிந்தால் அங்கு உள்ள உயிரினங்கள் காட்டின் மற்றொரு பகுதிக்கு இடம் பெயர்ந்து விடும். ஆனால் நமது காட்டின் பரப்பு குறைந்து போய் விட்டது.

ஆதலால் காட்டுத்தீ பரவுகின்ற சமயங்களில் அங்கு வாழும் உயிரினங்களும் பெரும் சிக்கலுக்கும், மன உளைச்சலுக்கும் உள்ளாகும் என்கிறார் காளிதாசன்.

மேலாண்மை செய்வது எப்படி?

காட்டுத் தீ ஒரு எல்லைக்கு மேல் பரவிவிட்டால் அதனை கட்டுப் படுத்துவதற்கான முறையான தொழில்நுட்பங்கள் நம்மிடம் இல்லை. ஆனால், தீ பரவாமல் இருக்க தடுப்பு முறைகளை சரியாக பின்பற்ற வேண்டும்.

தீ தடுப்பு பணிகள் என்றால், பனிக்காலம் தொடங்கும் பொழுது காடுகளின் நடுவே தீ தடுப்பு கோடுகளை வெட்டி விடுவர். சாலை களை ஒட்டியுள்ள வளப்பகுதியில் ஒரு எல்லை வரை காய்ந்த தாவரங்களை வெட்டி சுத்தம் செய்து விடுவர். வனத்துறை தீ தடுப்பு பணிகளை சிறப்பாக செய்து கொண்டிருந்தனர். ஆனால் தற்போது அதற்கான நிதி முறையாக ஒதுக்கப்படுவதில்லை.

தீ தடுப்பு பணிகளில் ஈடுபடும் வேட்டை தடுப்பு காவலர்கள் போதிய அளவு இல்லை. இந்த பணிக்கென்று தனியே ஆட்கள் இல்லை. வேட்டைத் தடுப்பில் வேலை செய்கின்ற, யானை விரட்டும் பணிகளில் ஈடுபடுகின்ற அதே வேட்டைத் தடுப்பு காவலர்கள் தான் காட்டுத் தீ அணைப்பிலும் வேலை செய்ய வேண்டும்.

வனங்களை ஒட்டியுள்ள பகுதிகளில் வாழும் மக்களுக்கும், வனத் துறைக்கும் உள்ள உறவு சரியாக இருப்பதும் அவசியம்.

எல்லாவற்றுக்கும் மேலாக இது என்னுடைய காடு என்ற உணர்வு அனைவருக்கும் வந்தால் தான் இவைகளையெல்லாம் முழுவதும் தடுக்க இயலும் என்கிறார் ஓசை காளிதாசன்.

காட்டுத் தீயால் கருகும் உயிர்கள்

கோவையில் காட்டுத்தீ பற்றிய இடத்தில் காட்டுப்பன்றி ஒன்று கருகி உயிரிழந்து கிடந்தது. காடு என்பது மரங்கள் மட்டுமல்ல. கண்ணுக்குக்குத் தெரியாத நுண்ணுயிர்கள் தொடங்கி, மிகப்பெரிய உயிரினம் வரை பல நூற்றுக்கணக்கான உயிர்கள் வாழும் இடம் இந்த தீயினால் நம் பார்வைக்கே வராமல் பல உயிர்கள் மாண்டு போயிருக்க கூடும்.

இந்தத் தீ குறு மரங்கள் எல்லாவற்றையும் அழித்து விடும். புதர்களில் இருக்கும் உயிரினங்கள் எல்லாம் பாதிக்கப்படும். தரைப் பகுதியில் கூடு கட்டி இனப்பெருக்கம் செய்யும் பறவைகள், ஊர்வன இனங்கள் எல்லாம் பாதிக்கப்படும் என்கின்றனர்.

11. ஊழிப் பெருந்தீ உணர்த்தும் உண்மைகள்

கடந்த 2018-ஆம் ஆண்டு அக்டோபர் 1ஆம் தேதி முதல் 5ஆம் தேதி வரை தென்கொரிய குடியரசு, இன்ச்சியான் மாகாணத்தில் நடைபெற்ற 48-ஆவது பருவநிலை மாற்றத்திற்கான அரசுகளுக் கிடையேயான குழுவின் பேச்சுவார்த்தைக்குப் பின் 1.5 செல்ஷியஸுக்கு மேல் புவி வெப்ப அதிகரிப்பு பருவநிலையில் பெரும் மாற்றத்தை உருவாக்கும் என எச்சரிக்கை விடப்பட்டது.

'இப்போது செயலாற்றுங்கள் அல்லது மோசமான பிரச்சனையை எதிர்கொள்ளுங்கள்' என புவி வெப்பமயமாதல் குறித்து ஆய்வு மேற்கொண்டிருக்கும் விஞ்ஞானிகள் அப்போது எச்சரித்தனர்.

பருவநிலை மாற்றம் குறித்து பாரிஸ் ஒப்பந்தத்தில் உள்ளபடி, புவிவெப்ப அளவை 1.5 டிகிரி செல்ஷியஸ் அளவைவிடக் குறை வாக வைத்துக் கொள்ள வேண்டும். ஆனால், இன்றோ உலகம் 3 டிகிரி செல்ஷியஸ் அளவை நோக்கிச் செல்வதாக அவர்கள் அன்று அச்சம் தெரிவித்தனர்.

அந்த எச்சரிக்கையை மீறி ஆஸ்திரேலியா செயல்பட்டதால் அங்கு காட்டுத் தீ பரவியுள்ளது; புவி வெப்பமயமும், 2017-ஆம் ஆண்டு

முதல் அங்கு ஏற்பட்ட கடும் வறட்சியும்தான் இந்தக் காட்டுத் தீக்குக் காரணம். வறட்சிக் காலங்களில் அதிகளவு நீரை ஒட்டகங்கள் அருந்துவதால், கழிவுகளிலிருந்து உருவாகும் ஒரு டன் கரியமில வாயுவுக்கு நிகரான மீத்தேன் வாயு, புவிவெப்பமயத்திற்கு முக்கியக் காரணமாக இருந்ததால் 10,000-த்துக்கும் அதிகமான ஒட்டகங் களைக் கொல்ல அந்த நாட்டு அரசு முடிவு செய்தது. புவி வெப்ப மானால் இந்தியா உள்பட உலக நாடுகள் எதிர்காலத்தில் சந்திக்க வுள்ள தாக்கங்களின் ஒரு வெள்ளோட்டம்தான் இது என விஞ்ஞானிகள் எச்சரித்துள்ளனர்.

இயற்கையைத் தீண்டும், அத்துமீறிப் போன இந்த புவிவெப்ப மயமாவதற்கு முழுமுதற் காரணம் மனிதர்களும், அவர்களின் செயல்பாடுகளும்தான்.

ஐ.நா.வின் பருவநிலை மாற்றம் குறித்த மாநாடு கடந்த டிசம்பர் மாதம் 2-ஆம் தேதி முதல் 13-ஆம் தேதி வரை சிலியில் நடைபெற்று உலக நாடுகளிடையே எந்த ஓர் ஒப்பந்தத்தையும் மேற்கொள்ளாமல் முடிவடைந்தது. ஆஸ்திரேலியாவில் ஏற்பட்ட இந்தக் காட்டுத் தீ பிரச்சனைக்கு தூபம் போடுவது போல் உள்ளது.

உலகின் 7 கண்டங்களில் ஒன்றான ஆஸ்திரேலியா, இன்று செந்நிற வானம் கொண்ட கருகும் கண்டமாக மாறி வருகிறது. அங்கு 35 சதவீத பகுதிகள் குறைவான மழைப் பொழிவையே பெறுவதுடன் 18 சதவீதம் பாலைவனங்களே உள்ளன. பசுமைக்குடில் வாயுக்களை அதிகமாக வெளியேற்றுவதாக ஆஸ்திரேலியாவை மற்ற நாடுகள் குற்றஞ்சாட்டியிருந்தன.

பாரிஸ் உடன்படிக்கையின்படி அதன் இலக்குகளைப் பூர்த்தி செய்ய கியோட்டோ ஒப்பந்தத்தின் மூலம் தனக்கு ஒதுக்கப்பட்ட கரியமில வாயு அளவுகளைப் பயன்படுத்த ஆஸ்திரேலியா விரும்பியது. ஆனால், உலக நாடுகளுக்கு அதிக அளவில் நிலக்கரியை ஏற்றுமதி செய்யும் ஆஸ்திரேலியா, அந்த நாட்டில் பருவநிலை மாற்றத்தைத் தடுக்க எந்தவிதமான புதிய நடவடிக்கையையும் எடுக்கவில்லை என இப்போது குற்றச்சாட்டு எழுந்துள்ளது.

கடந்த ஆண்டு ஆஸ்திரேலியா கடும் வறட்சியையும், அதிக வெப்பத்தையும் சந்தித்துள்ளது. 1960-ஆம் ஆண்டிலிருந்து 1990-ஆம் ஆண்டு வரை அங்கு புவி வெப்ப அளவு 1.5 டிகிரி செல்ஷியஸ் அளவே இருந்த நிலையில், கடந்த மாதம் 49.9 டிகிரி செல்ஷியஸ் அளவு புவி வெப்பம் எட்டியுள்ளது என அந்த நாட்டு வானிலை மையம் தெரிவித்துள்ளது.

ஆஸ்திரேலியாவின் கிழக்கு மாகாணங்களான விக்டோரியா நியு சவுத் வேல்ஸ், குயின்ஸ்லாண்ட் மாகாணங்களில் கடந்த ஆகஸ்ட் மாதம் முதல் காட்டுத் தீ பரவி வருகிறது. கட்டுக்கடங்காமல் எரியும் அந்தக் காட்டுத் தீயால் சுமார் 1.2 கோடி ஏக்கர் விளைநிலங்கள், 1,400-க்கும் அதிகமான வீடுகள் எரிந்து சாம்பலாயின. தீயை கட்டுக்குள் கொண்டுவரும் பெரும் பணியில் தீயணைப்புப் படையினரும், ராணுவத்தினரும் தொடர்ந்து ஈடுபட்டு வருகின்றனர். இந்தக் கோரமான காட்டுத் தீயில், 2.5 லட்சம் மக்கள் தங்கள் வீடுகளை இழந்துள்ளனர், 26 பேர் உயிரிழந்துள்ளனர். இது மட்டுமல்லாமல், விலங்குகள், பறவைகள் எனப் பல உயிரினங்கள் அழிவை நோக்கித் தள்ளப்பட்டுள்ளன.

சில நாள்களுக்கு முன்பு காட்டுத் தீயின் வேகத்தைத் தணிக்கும் வகையில் கனமழை பெய்த நிலையில், இப்போது, சிட்னி மற்றும் மெல்போர்ன் நகரங்களுக்கிடையே உள்ள ஆஸ்திரேலியாவின் தலைநகரான கான்பெரா நகரத்திலும் கடந்த 20 ஆண்டுகளில் இல்லாத அளவிற்கு காட்டுத்தீயின் வேகம் கடந்த இரு தினங்களாக அதிகரித்துள்ளது. இதனால், அங்கு அவசரநிலை பிரகடனம் செய்யப்பட்டுள்ளது. கான்பெராவின் தென்பகுதியில் 18500 ஹெக்டேருக்கும் அதிகமான பரப்பளவில் காட்டுத்தீ கொழுந்து விட்டு எரிந்து கொண்டிருக்கிறது. இதனால் சுற்றுப்புறத்தில் வாழும் மக்கள் எச்சரிக்கையாக இருக்குமாறும், வீட்டை விட்டு உடனடியாக வெளியேறும்படியும் அறிவுறுத்தப்பட்டனர்.

இந்தக் காட்டுத் தீயால் 125 கோடிக்கும் அதிகமான பறவைகளும், பல லட்சம் கோடி பூச்சிகளும் உயிரிழந்துள்ளதாகக் கூறப்படுகிறது. இந்தக் காட்டுத் தீக்கு மொத்தமுள்ள கோலா கரடிகளில் 30 சதவீதம்

இரையாகி விட்டதாகச் சொல்லப்படுகிறது. இதனால், அழிந்து வரும் உயிரினமாக கோலா கரடிகளை அறிவிக்கும் நிலைக்கு ஆஸ்திரேலிய அரசு தள்ளப்பட்டுள்ளது. 250-க்கும் அதிகமான விலங்கினங்களுக்கு ஆஸ்திரேலியா புகலிடமாகயிருந்த காலம் இன்று மறைந்து விட்டது என சுற்றுச்சூழல் ஆர்வலர்கள் கவலை தெரிவிக்கின்றனர்.

2019-ஆம் ஆண்டு பருவ நிலை மாற்றம், காட்டுத் தீ குறித்து அந்த நாடு வெளியிட்டிருந்த சுருக்க அறிக்கையில் பருவநிலை மாற்றத்துக்கு மனிதர்கள்தான் காரணம். அதன் விளைவாக, அபாய கரமான காலநிலை ஏற்பட்டு, ஆஸ்திரேலியாவில் பல பகுதிகளில் புதர் காடுகள் கடந்த 10 ஆண்டுகளாக எரிந்து கொண்டிருக்கின்றன எனச் சுட்டிக்காட்டியுள்ளது.

மேலும், டென்மார்க் தலைநகர் கோபென்ஹாகென், தென்கிழக்கு மெக்ஸிகோ நாட்டிலுள்ள கேன்கன், ஜப்பானிலுள்ள கியாட்டோ ஆகிய நாடுகளில் நடைபெற்ற பருவநிலை மாற்றம், அதன் விளைவுகள், உலகம் சந்திக்கப் போகும் பிரச்சனைகள் குறித்த மாநாடுகளில் மேற்கொண்ட ஒப்பந்தங்களையும், மேற்கொள்ள வேண்டிய நடவடிக்கைகளையும் வளரும் நாடுகள் அனைத்தும் மீறி உள்ள தாகவும், இதற்காக ஒதுக்கப்பட்ட நிதியையும் சரியாகப் பயன் படுத்தவில்லை என்றும், புவி வெப்ப அளவை 1.5 டிகிரி செல்ஷியஸைவிடக் குறைவாக வைத்துக் கொள்ள பல நாடுகள் தவறி விட்டன எனவும் விஞ்ஞானிகள் குற்றஞ்சாட்டுகின்றனர்.

இதே நிலை தொடருமேயானால், ஆஸ்திரேலியாவைப் போன்ற ஒரு நிலை இந்தியாவுக்கும் ஏற்படும் எனவும் அஞ்சப்படுகிறது. ஏனெனில், இந்த ஆண்டு 21 முக்கிய நகரங்களில் நிலத்தடி நீர் மட்டம் பூஜ்யத்தை எட்டும் என நீதி ஆயோக் எச்சரிக்கை விடுத் துள்ளது. இந்தவேளையில் இந்தியாவில் முன் எப்போதும் இல்லாத அளவுக்கு மாநிலங்களிடையே தண்ணீர் பிரச்சனை ஏற்பட்டு, விவசாயத்துக்கும் நீர்ப் பற்றாக்குறை ஏற்பட்டால் அது உணவு உற்பத்தியைப் பாதிப்பதுடன் சுற்றுச்சூழல், சுகாதாரம், பொது மக்களின் உடல்நலத்திலும் பெரும் தாக்கத்தை ஏற்படுத்தும் என்பதில் சந்தேகமில்லை.

மேலும், 1901-ஆம் ஆண்டு முதல் 2019-ஆம் ஆண்டு வரையுள்ள காலங்களில் 2010-19 ஆண்டுகள்தான் அதிக வெப்பமான ஆண்டுகள் என இந்திய வானிலை ஆய்வு துறை தெரிவித்துள்ளது. இந்தியாவில் வெப்பம் இதே அளவு தொடர்ந்தால் கடுமையான வறட்சி, காட்டுத் தீ, வெள்ளம் ஏற்படும், இதன் காரணமாகப் பெருமளவில் உணவுப் பஞ்சம் ஏற்பட்டு பலர் உயிரிழக்க நேரிடலாம் எனவும் விஞ்ஞானிகள் எச்சரித்துள்ளனர்.

கூடுமானவரையில் பொது போக்குவரத்தைப் பயன்படுத்த வேண்டும். செல்லுமிடம் அருகிலிருந்தால் நடந்து செல்வதோ அல்லது மிதிவண்டியில் செல்வதோ நல்லது. மின்சாரப் பயன் பாட்டை பெருமளவில் குறைக்க வேண்டும். அதாவது, மின் சாரத்தைக் குறைவாகப் பயன்படுத்தி நிறைவாக வேலை செய்யும் ஆற்றலைச் சேமிக்கும் மின்சாதனப் பொருள்களைப் பயன்படுத்த வேண்டும். புதுப்பிக்கத்தக்க ஆற்றலுக்கு (சூரிய மின்சக்தி) மாற வேண்டும். மாமிசம் உண்பதைக் குறைக்க வேண்டும்.

தண்ணீர் அதிகம் உறிஞ்சும் பணப் பயிர்களை சாகுபடி செய்வதைக் குறைக்க வேண்டும். விவசாய விளைபொருள்களை எரிக்கக் கூடாது. பழைய பொருள்களை (தண்ணீர் உள்பட) மறுசுழற்சிக்கு உட்படுத்தாமல் இருப்பதும் புவிவெப்பமயமாதலைத் தவிர்ப்ப துடன், உடல்நலத்துக்குக் கேடு விளைவிக்காமல் சுற்றுச்சூழலைப் பாதுகாக்கும் எனப் பருவநிலை மாற்றம் குறித்து ஆய்வு செய்து வரும் விஞ்ஞானிகள் தெரிவித்துள்ளனர்.

உலகில் காடுகளெல்லாம் வளர்ச்சி பெற்றால் நாடுகளெல்லாம் வளம் பெற்றிடும். இயற்கை கூறும் நெறிமுறைகள், இனிது வாழ வழி முறைகள் என்பதை உணர்ந்து, இந்தப் புவியின் எதிர்காலம் நம் கையில்தான் உள்ளது என்பதால் பஞ்ச பூதங்களையும் மாசடையச் செய்யாமல் காக்க வேண்டும் என்பதுதான் ஆஸ்திரேலியாவில் ஏற்பட்டுள்ள ஊழிப் பெருந்தீ உணர்த்தும் பேருண்மையாகும்.

✺

12. ருஷ்யாவில் எரி விண்மீன் தாக்கி
400 பேர் பலி

உருசியாவின் மத்திய ஊரல் பகுதியை இன்று காலையில் எரிவிண்மீன் தாக்கியதில் ஏற்பட்ட அதிர்வில் கட்டடங்கள் சேதமடைந்ததில் நானூறுக்கும் அதிகமானோர் காயமடைந்தனர்.

கட்டடங்களின் கண்ணாடிகள் வெடித்துச் சிதறியதாலேயே பலர் காயமடைந்தனர். காலை 09:20 மணியளவில் வானினுடாக எரிகோளம் ஒன்று செல்யாபின்ஸ்க் பிராந்தியத்தில் செபார்க்குல் என்ற இடத்தில் உள்ள ஏரி ஒன்றில் வீழ்ந்து பெரும் வெடிப்புச் சத்தம் கேட்டதாக நேரில் கண்டவர்கள் கூறினர். வினாடிக்கு 30 கிமீ வேகத்தில் வீழ்ந்துள்ளதாக ரொஸ்கொஸ்மொஸ் பேச்சாளர் ஒருவர் தெரிவித்தார்.

எக்கத்தரின்பூர்க் நகரில் இருந்து 200 கி.மீ தெற்கே செல்யாபின்ஸ்க் நகரிலேயே பெரும் தாக்கம் இடம் பெற்றுள்ளது. தலைநகர் மாஸ்கோவில் இருந்து 1500 கிமீ கிழக்கே செல்யாபின்ஸ்க் நகரம் உள்ளது. இங்கு பல தொழிற்சாலைகள், ஒரு அணு மின் நிலையம், மற்றும் மயாக் அணுக் கழிவு சேமிப்பு நிலையம் போன்றவை அமைந்துள்ளன.

கீழ் வளிமண்டலத்தில் ஒரு பெரும் எரிவெள்ளி எரிந்து சிறு துண்டுகளாக வீழ்ந்துள்ளதாக அதிகாரிகள் தெரிவித்தனர். பெரு மளவு நிவாரணப் பணியாளர்கள் பாதிக்கப்பட்ட பகுதிகளுக்கு அனுப்பப்பட்டுள்ளனர்.

எரிவெள்ளியின் சிதறிய துண்டுகள் உருசியாவின் செல்யாபின்ஸ்க், தியூமென், கூர்கன், சுவெர்துலோவ்ஸ்க், மற்றும் அயல் நாடான கசக்ஸ்தானின் வடக்கிலும் வீழ்ந்துள்ளதாக உருசிய அதிகாரிகள் தெரிவித்துள்ளனர்.

இவ்வாறான எரிவெள்ளிகள் பூமியில் வீழ்வது மிக அபூர்வமான நிகழ்வாகும். 1908 ஆம் ஆண்டில் சைபீரியாவில் இவ்வாறான எரி வெள்ளி வீழ்ந்ததில் 2,000 சதுர கி.மீ பரப்பளவு நிலம் சேதமுற்றது.

கென்யா பாரி வாயுக்குழாய் வெடிப்பு

கென்யத் தலைநகர் நைரோபியில் பெட்ரோலிய எரிவாயுக் குழாய் ஒன்று இன்று திங்கட்கிழமை வெடித்துத் தீப்பற்றியதில் நூற்றுக்கும் அதிகமானோர் தீயில் கருகி மாண்டனர்.

தலைநகரின் லுங்கா லுங்கா என்ற தொழிற்சாலைப் பகுதியில் இவ்வெடிப்பு இடம் பெற்றுள்ளது. தீ அருகில் உள்ள குடியிருப்புப் பகுதிக்கும் பரவும் அபாயம் ஏற்பட்டுள்ளதால் காவல்துறையினர் அப்பகுதியை மூடியுள்ளனர் தீயணைப்புப் படையினர் தீயை அணைக்கும் முயற்சியில் இறங்கியுள்ளனர். எண்பதிற்கும் அதிகமா னோர் தீக்காயங்களுடன் மருத்துவமனைக்கு எடுத்துச் செல்லப் பட்டுள்ளனர்.

பெட்ரோல் எரிவாயுக் குழாய் நைரோபியின் மத்திய பகுதியில் இருந்து பன்னாட்டு விமான நிலையம் வரை குடியிருப்புப் பகுதி களூடாகச் செல்கிறது.

பல உடல்கள் தீயில் கருகி அடையாளம் தெரியாமல் எலும்புத் துண்டுகளுடன் ஆங்காங்கே வீசப்பட்டுக் கிடந்ததாக பிபிசியின் நைரோபிச் செய்தியாளர் தெரிவிக்கிறார் அருகில் இருந்த ஆறு ஒன்றிலும் இறந்த உடல்கள் மிதந்து சென்றதாகவும் தெரிவிக்கப் படுகிறது.

முன்னதாக பெட்ரோல் குழாயில் சிறு வெடிப்பு ஒன்று ஏற்பட்டதை அடுத்துக் கசிந்த பெட்ரோலை மக்கள் சேகரிக்க ஆரம்பித்ததாகவும், சிறிது நேரத்தின் பின்னர் பெரும் வெடிப்புக் கேட்டதாகவும் நேரில் கண்டோர் தெரிவித்தனர்.

2009 ஆம் ஆண்டில் மேற்கு கென்யாவில் இதே போன்று இடம் பெற்ற எரிவாயுக் குழாய் விபத்து ஒன்றில் 122 பேர் கொல்லப் பட்டனர்.

13. மேற்குத் தொடர்ச்சி மலை காட்டுத்தீ

அரிய வகை மூலிகைகளையும், மரங்களையும் திருடும் கும்பல் வைத்த தீயால், திண்டுக்கல் மாவட்டத்தில் உள்ள மேற்குத் தொடர்ச்சி மலைப் பகுதியில் காட்டுத் தீ பரவியுள்ளது.

இந்த தீயில் சிக்கி அரிய வகை மரங்களும், மூலிகைச் செடிகளும் கருகிப் போய் வருகின்றன.

திண்டுக்கல் மாவட்டம் ஆத்தூர் காமராஜர் அணையை ஒட்டிய மேற்கு தொடர்ச்சி மலைப்பகுதியில் விலை உயர்ந்த மரங்களும், அரிய வகை மூலிகைச் செடிகளும் ஏராளமாக உள்ளன.

மேலும் இந்த அடர்ந்த வனப்பகுதியில் புலி, சிறுத்தை, மான், காட்டெருமை, பன்றி, கரடி முயல் போன்ற வன விலங்குகளும் வாழ்ந்து வருகின்றன.

சில மாதங்களுக்கு முன்பு இந்த வனப்பகுதியில் நுழைந்த ஒரு கும்பல் மரம் வெட்டி கடத்தும் செயலில் தொடர்ந்து ஈடுபட்டு வருகிறது. அதற்கு வசதியாக மரங்களுக்கு தீ வைத்து விடுகிறது.

எரிந்த நிலையில் இருக்கும் மரங்களை எளிதாக வெட்டி கடத்தி விடுகிறார்கள். நேற்றும் அந்த கும்பலை சேர்ந்தவர்கள் மரங்களுக்கு தீ வைத்தனர்.

இதனால் வன விலங்குகள் அழிந்து வருவதுடன் அவை உயிர் தப்பிப்பதற்காக அங்கிருந்து இடம் பெயர்ந்து அருகில் உள்ள மலைக் கிராமங்களுக்குள் புகுந்து விடுகின்றன.

குறிப்பாக தீ விபத்து ஏற்பட்டுள்ள வனப்பகுதிக்கு அருகிலுள்ள மல்லையாபுரம், பாறைப்பட்டி ஆத்தூர் போன்ற கிராமங்களுக்கு சென்று விடுகின்றன.

நேற்றிரவு காட்டுப் பன்றிகளும், காட்டு மாடுகளும் பழனி-செம்பட்டி சாலையில் உள்ள கோழிப்பண்ணை என்ற இடத்தைக் கடந்து சென்றன. இதனால் அப்பகுதியில் வாழும் பொது மக்கள் பெரும் பீதியிலும், அச்சத்திலும் உள்ளனர்.

தொடர்ந்து எரிந்து வரும் தீயால் வனப்பகுதியில் வளர்ந்துள்ள அரிய வகை மூலிகைச் செடிகள் அழிந்து வருகின்றன.

மரம் கடத்தும் கும்பலால் அடிக்கடி ஏற்படும் தீ விபத்து குறித்து பொதுமக்கள் வனத்துறை அதிகாரிகளிடம் புகார் கூறியும் இதுவரை எந்தவிதமான நடவடிக்கையும் எடுக்கப்படவில்லை எனப் புகார் கூறப்படுகின்றது.

திண்டுக்கல் தீயணைப்பு நிலையத்தைச் சேர்ந்த 10-க்கும் மேற்பட்ட தீயணைப்பு வீரர்கள் வந்து தீயை அணைக்க போராடினார்கள்.

ஆனால் கொளுந்து விட்டு எரிந்த தீயை அவர்களால் நெருங்க கூட முடியவில்லை.

சுமார் 5 கிலோ மீட்டர் தூரத்திற்கு தீ எரிவதால் மேலும் பரவும் அபாயம் ஏற்பட்டுள்ளது. உடனடியாக இதனைத் தடுக்க நடவடிக்கை எடுக்க வேண்டும் என்று மலைக் கிராம மக்கள் அரசுக்கு கோரிக்கை விடுத்துள்ளனர்.

✸

14. காட்டுத்தீயும் மேலாண்மையும்

காட்டுத் தீ இயற்கையின் சமச்சீரற்ற நிலையை தாவர மற்றும் விலங்கினப் பெருக்கத்தை அழிப்பதன் மூலம் ஏற்படுத்துகிறது. மரபு ரீதியிலான வனத் தீயணைக்கும் முறைகள் எதுவும் வீரியமான முறையாக இல்லை. எனவே புதிய நுட்பங்களை மக்கள் மத்தியில் விழிப்புணர்வேற்ற வேண்டியது. குறிப்பாக வனப்பகுதிகளை யொட்டிய வனப்பகுதிகளில் மேற்காள்வது தற்காலத்தில் அவசியத் தேவையாகிறது.

இந்திய வனங்கள் பெருமடுப்பில் வனத்தீயால் சேதமடைகின்றன. ஆக்கிரமிப்பும், மனித மற்றும் கால்நடைப் பெருக்கமும், வனப் பொருட்களுக்கான தனிமனித சமூகத் தேவைகளும் காடுகள் அழிப் பதற்கு முதற்காரணங்கள். வனத்தீ ஏற்படுவதற்கான காரணிகளை இரண்டாகப் பிரிக்கலாம். அவை சுற்றுச்சுழலியல் ரீதியானது (கட்டுப்படாதது) மற்றும் மானுட செயல்பாடு (கட்டுப்படுத்தக் கூடியது).

பெருமளவில் இயற்கை காலநிலை அளவீடுகளான மிகை வெப்பம், வேகக் காற்று மற்றும் திசை வேகம், ஈரப்பதத்தின் அளவு,

மண்ணிலும் காற்றிலும் மற்றும் வறண்டநிலை. மேலும் மூங்கில் வாரைகள் உரசல்களால்தான் பெருமளவில் காட்டுத்தீ ஏற்படுகிறது. மேலும் சுழலும் கற்கள் போன்றவை தீப்பொறிகளை ஏற்படுத்தி மிகையான இலைச் சருகுகளைப் பற்றி பெரும் வனத்தீயை உண்டு பண்ணுகின்றன.

இவ்வகையில் மனித செயல்கள் மற்றும் வனவியல் மேலாண்மை குளறுபடிகள் போன்றவற்றாலும் வனத்தீ ஏற்படுகிறது. இது அதீதமாகவோ அல்லது அதீதமற்றோ இருக்கலாம்.

கால்நடை மேய்ப்பாளர்கள் மற்றும் வனப்பொருட்கள் சேகரிப் பாளர்கள் ஆகியோர் சிறுத் தீயை மேய்ச்சலை அதிகப்படுத்து வதற்காக ஏற்படுத்துகிறார்கள். மேலும் வெண்ணெய் மரப்பூ மற்றும் பீடி இலைக்காகவும் சிறுத் தீயை ஏற்படுத்துகிறார்கள்.

தொன்மையான வழக்கமாகிய இடமாற்று வேளாண்மையின் மூலமாகவும் காடுகள் அழிக்கப்படுகின்றது (இந்தியாவின் வட கிழக்கு மாநிலங்கள் மற்றும் ஒரிசா, ஆந்திரா).

வலிமையான காணுயிர்களை விரட்டுவதற்காகவும், காடுகளின் ஒரங்களில் மனிதப் பயன்பாட்டிற்காகவும், கவனக்குறைவாக பீடி மற்றும் சிகரெட் புகைத்து விட்டு அணைக்காமல் வனங்களுக்குள் வீசி விடுவதாலும் வனத் தீ ஏற்படுகிறது.

இவ்வாறு காட்டுத் தீ ஏற்படுவது மேலும் அதிகரித்துள்ளது. இதற்கு முதன்மையான காரணங்கள் மக்கள்தொகைப் பெருக்கமும், கால்நடைகள் பெருக்கமுமேயாகும். 90% வனத்தீ மனிதனால் மட்டுமே ஏற்படுகின்றது.

மதிப்பு மிக்க கட்டைகள் ஆதாரங்கள் அழிக்கப்படுகின்றன.

நீர்பிடிப்புப் பகுதிகள் இடிக்கப்படுகின்றன.

உயிர்பெருக்கமும் தாவரங்கள் மற்றும் விலங்குகள் வேரற்றுப் போகின்றன.

காணுயிர் வாழிடங்களும் காணுயிர்களும் இல்லாமல் போகிறது.

இயற்கையான மறுதளிர்ப்பும் வன வேலிகளும் இல்லாமல் போகிறது.

பூக்கால வெப்பமிடுதல்.

கார்பன் படிவுச் செயல்கள் குறைவதால், கரியமில வாயுவின் (CO_2) பெருக்கமும் வளிமண்டலத்தில் நிகழ்கிறது.

நுண்தட்வெப்பநிலை மாறி வாழும் உயிர்களுக்கு பாதகமானதாக மாறுகிறது.

மண்ணரிப்பு நிகழ்வதால் மண்ணின் உற்பத்தித் திறனும், உற்பத்தியும் குறைகிறது.

ஓசோன் படலம் சுருக்கமடைகிறது.

உடல்நலைக்குறைவுகள் நோய் பரவலை நிகழ்த்துகின்றன.

பழங்குடி மக்களின் வாழ்வாதாரம் சிதைக்கப்படுவதுடன் 300 மில்லியனுக்கும் மேற்பட்ட கிராமப்புற ஏழைகள் மரம் மற்றும் மரம் அல்லாத வனப்பொருட்களுக்கான வனம் சார்ந்த தேவைகளை நிராகரிக்கிறது.

நாட்டில் வனத் தீ ஏற்படுவது நாளுக்கு நாள் அதிகரித்தபடியே உள்ளது. இதற்கு வனத்தீயினை அணைப்பதில் தகுந்த முறைகளைக் கையாள்வதை தவிர்ப்பதாகவே உள்ளது. இதற்கு தேசிய அக்கறையும் தொழில்நுட்ப, திட்டமிட்ட தீயணைப்பு நடவடிக்கைகளும் தேக்கமடைந்திருப்பதே முழுக்காரணம்.

முக்கியமாக பல்வேறு விதமான தீயணைப்பு நடவடிக்கைகளான தீயணைப்பு மையங்கள், அமைச்சங்களுக்கிடையே ஒருங்கிணைப்பு, நிதியுதவி, மனிதவள மேம்பாடு, வனத் தீ பற்றிய ஆய்வுகள், தீ மேலாண்மை, மற்றும் விரிவாக்கத் திட்டங்கள் போன்றவையும் இல்லை. இதை வனத்தீயை தீவிரமான இயற்கைச் சேதமாகவும் வனத்தீயைக் கட்டுப்படுத்துவதில் மேலும் மேம்பட்ட முறைகளைக் கையாள்வதும் அவசியம். சுற்றுச்சூழல் மற்றும் வன அமைச்சகம், இந்திய நடுவண் அரசு, தேசிய வனத் தீயணைப்புத் திட்டங்கள் போன்றவை தற்போதைய தேவைகள்.

பின்வருவதைப் போன்ற கூறுகளுடன் நன்கு ஒருங்கிணைக்கப் பட்ட தீயணைப்பு மேலாண்மைத் திட்டங்கள் அறிமுகப்படுத்துவது அவசியம்.

மனித செயல்பாடுகளால் நிகழும் காட்டுத்தீயை தடுக்க வனம் குறித்த கல்வியும் விழிப்புணர்வையும் ஏற்படுத்துவதோடு, முல்லைப் புல்பரப்புத் திட்டம், பொறியியல் பணிகள், மக்கள் பங்கேற்பு கல்வி ஆகியவையும் சேர்க்கப்பட வேண்டும்.

மக்கள் பங்கேற்பின் ஊடக இணைந்த வனத்தீ தடுப்பு மேலாண் மையை மேற்கொள்ள வேண்டும்.

வனத்தீயை ஏற்படுவதை கண்காணிக்க ஒருங்கிணைந்து அறிவிப்பு மையங்களை ஏற்படுத்த வேண்டும். மேலும் ஆர்வமுள்ள கண் காணிப்பாளர்கள், தகவல் தொடர்பு மையங்களையும் நிறுவ வேண்டும். சிறந்த வனத்தீ மேலாண்மை மற்றும் நிர்வாகம், தேசிய தீ ஆபத்து அளவிடுத் திட்டம் மற்றும் வனத்தீ முன்னறிவிப்பு திட்டம் ஆகியவை நமது தேசத்தில் மேற்கொள்ள வேண்டும்.

அதிவேக தடுப்பு முறைகள்

வீரியமான நடவடிக்கைகள்

வன எரிபொருள் மாற்றுத் திட்டங்கள் ஆகியவற்றை அறிமுகம் செய்தல்

தீ எதிர்ப்பு ஆதாரங்கள்

மேற்கண்டவை தீயணைப்பு மேலாண்மையில் முக்கிய பங்காற்று பவை. சிறப்பு மையங்கள் ஆராய்ச்சி, பயிற்சி மற்றும் மேம்பாட்டிற்கு ஏற்படுத்தப்பட வேண்டும்.

வனத்தடுப்பு கருதுகோள்களாக வனத்தீ தடுப்பு மற்றும் தமிழக வனங்களை பாதுகாக்க திட்டங்களை வலிமைப்படுத்த வேண்டும். இந்நடவடிக்கைப் பணிகளாக தீ பரவும் பாதைத் தடுப்பு, ஒன்றி ணைந்த வன மேலாண்மை குழுமம், நீர் ஆதாரங்கள் ஏற்படுத்துதல், வாகனங்களைப் பெறுதல், தகவல் தொடர்ப்பு சாதனங்கள் மற்றும் தீயணைப்புக் கருவிகள் ஆகியவை பெருமளவில் கொள்ளவு செய்ய வேண்டும்.

2002-2003 ஆண்டுகளில் இத்திட்டம் ரூபாய் ஒரு கோடியில் நிறுவப்பட்டது. 2003-2004ல் ரூ.371.08 லட்சமாக உயர்ந்தது.

வனத்தடுப்பாளர்களான வனஆய்வாளர், காப்பாளர், கண்காணிப் பாளர் மற்றும் வனத்தீ கண்காணிப்பாளர் ஆகிய ஆறு நிலையங் களில் கண்காணிக்கிறார்கள். இவர்களுக்கு வாக்கி-டாக்கி தகவல் தொடர்பு சாதனங்கள் மற்றும் கண்காணிப்புக் கோபுரங்கள் அமைக்கப்பட்டுள்ளன.

15. பாக்தாத் குண்டுவெடிப்பு

ஈராக் தலைநகர் பாக்தாத்தில் நடந்த தொடர் குண்டு வெடிப்பில் குறைந்தது 126 பேர் உயிரிழந்தார்கள். 448 பேர் காயம் அடைந்துள்ளார்கள். முதல் குண்டானது நகரின் தெற்கு பகுதியிலுள்ள டோரா மாவட்டத்தில் ரோந்து சென்ற காவலர்கள் மீது நடத்தப்பட்டது. அடுத்த அரை மணி நேரத்திற்குள் அடுத்த நான்கு குண்டுகள் அருகிலுள்ள அலுவலக கட்டடங்களுக்கு அருகில் வெடித்தன. மார்ச் மாதம் நடைபெறும் தேர்தலை முன்னிட்டு நாட்டை சீர்குலைக்க அல்-கொய்தா நடத்திய தாக்குதல் இது என முன்னால் தேசிய பாதுகாப்பு ஆலோசகர் அல்-ருபாய் கூறினார்.

டோரா பகுதி குண்டுவெடிப்புக்கு பின் சௌர்ஜா சந்தையில் குண்டு வெடித்தது. நல வாழ்வு அமைச்சகம் இச்சந்தைக்கு அருகில் உள்ளது. மேலும் உள்துறை அமைச்சகம், முஷ்ட்அன்சாரி பல்கலைக்கழகம் மற்றும் நுண்கலை நிறுவன கட்டடங்களுக்கு அருகிலும் குண்டுகள் வெடித்தன.

இத்தாக்குதல்கள் பாக்தாத்தின் இதயப்பகுதியில் அதி உயர் பாதுகாப்பு வலயத்தினுலுள்ள சிறப்பு அரசு அமைச்சக கட்டடங்கள்

அரசு எதிர்ப்பு போராளிகளின் வீச்சிலிருந்து தப்ப முடியவில்லை என்பதை காட்டுகிறது.

ஹொண்டுராஸ் சிறை தீ விபத்து

ஹொண்டுராஸ் நாட்டின் சிறையில் ஏற்பட்ட தீவிபத்தில் குறைந்தது 350 பேர் இறந்தனர். மேலும் பலர் இறந்திருக்கலாம் எனக் கருதப்படு கிறது. இந்த சிறையில் மொத்தம் 853 கைதிகள் இருந்தனர். இந்த சிறையானது நாட்டின் தலைநகர் டெகுச்சிகால்ப்பாவிற்கு வடக்கே கொமயாக்குவாவில் உள்ளது.

செவ்வாய் பின் இரவில் ஏற்பட்ட தீ விபத்தை கட்டுக்குள் கொண்டு வர ஒரு மணி நேரத்திற்கும் மேல் ஆனது. பல கைதிகள் தங்களின் அறையிலேயே சிக்குண்டு அடையாளம் காணமுடியாத அளவில் வெந்துள்ளார்கள். கைதிகளின் அறையின் சாவி இல்லாததாலும் அதை வைத்திருந்த காவலர்களை காணாததாலும் தீயணைப்பு வீரர் களால் அறைக்குள் மாட்டிய கைதிகளை வெளியே கொண்டு வர முடியவில்லை.

சில கைதிகள் அறையின் மேற்கூரையை பிய்த்து தீ விபத்திலிருந்து தப்பினார்கள். தீ விபத்துக்கு முன் சிறையில் கலகம் நடந்ததாக சில ஹொண்டுரான் ஊடகங்கள் தெரிவிக்கின்றன. இதை சிறைத்துறை தலைமை அதிகாரி மறுத்துள்ளார். ஹொண்டுரான் அதிபர் லோபோ இவ்விபத்து தொடர்பாக வெளிப்படையான விசாரணை நடக்கும் என்றும் விசாரணை நடக்கும் போது உள்ளூர் மற்றும் தேசிய சிறைத்துறை அதிகாரிகள் நீக்கப்படுவார்கள் என்றும் தெரிவித்தார்.

இராவல்பண்டி குண்டுவெடிப்பு

பாக்கிசுத்தானில் இராணுவ நகரான இராவல்பிண்டியில் ஏற்பட்ட குண்டு வெடிப்பில் 35க்கு மேற்பட்டோர் பலியானார்கள். இதில் 17க்கும் மேற்பட்ட குழந்தைகளும் பலியானார்கள். வெள்ளிக் கிழமை தொழுகையை முடித்து விட்டு வந்தவர்களை நோக்கி 4 பேர் சுட்டதாக தெரிகிறது. அவர்களுக்கும் பாதுகாப்பு படையினருக்கும் 1 மணி நேரத்திற்கும் மேல் சண்டை நடந்துள்ளது. பின் 3 பேர் தங்கள் உடலில் கட்டப்பட்ட குண்டுகளை இயக்கி இறந்துள்ளார்கள்.

16. ஹிரோசிமா - நாகசாகி

1945 ஆகஸ்ட் 6 மற்றும் 9 தேதிகளில், அமெரிக்கா ஜப்பானிய நகரங்களான ஹிரோஷிமா மற்றும் நாகசாகி மீது முறையே இரண்டு அணுகுண்டுகளை வெடிக்கச் செய்தது. குண்டுவெடிப்புகளில் 150,000 முதல் 246,000 பேர் வரை கொல்லப்பட்டனர், அவர்களில் பெரும்பாலோர் பொதுமக்கள், மேலும் ஆயுத மோதலில் அணு ஆயுதங்களை மட்டுமே பயன்படுத்துகின்றனர்.

நாகசாகி குண்டு வீச்சு மற்றும் ஜப்பானுக்கு எதிரான சோவியத் யூனியனின் போர் பிரகடனம் மற்றும் ஜப்பானிய ஆக்கிரமிப்பு மஞ்சூரியா மீது படையெடுத்த ஆறு நாட்களுக்குப் பிறகு, ஆகஸ்ட் 15 அன்று நேச நாடுகளிடம் ஜப்பான் சரணடைந்தது. ஜப்பானிய அரசாங்கம் செப்டம்பர் 2 அன்று சரணடைவதற்கான ஒப்பந்தத்தில் கையெழுத்திட்டது, இது போரை திறம்பட முடிவுக்குக் கொண்டு வருகிறது. இரண்டாம் உலகப் போரின் இறுதி ஆண்டில், நேச நாடுகள் ஜப்பானிய நிலப்பரப்பில் விலையுயர்ந்த படையெடுப் புக்குத் தயாராகின, டோக்கியோ மீதான நடவடிக்கை உட்பட, 64 ஜப்பானிய நகரங்களை நாசமாக்கிய வழக்கமான குண்டுவீச்சு மற்றும் தீக்குண்டுத் தாக்குதல் பிரச்சாரம் இந்த முயற்சிக்கு

முன்னதாக இருந்தது. மே 8, 1945 இல் ஜெர்மனி சரணடைந்தபோது ஐரோப்பிய நாடக அரங்கில் போர் முடிந்தது. மேலும் நேச நாடுகள் பசிபிக் போரின் மீது தங்கள் முழு கவனத்தையும் திருப்பின.

ஜூலை 1945 வாக்கில், நட்பு நாடுகளின் மன்ஹாட்டன் திட்டம் இரண்டு வகையான அணுகுண்டுகளை தயாரித்தது: 'லிட்டில் பாய்', செறிவூட்டப்பட்ட யுரேனியம் துப்பாக்கி வகை பிளவு ஆயுதம் மற்றும் 'ஃபேட் மேன்', புளூட்டோனியம் வெடிப்பு வகை அணு ஆயுதம் யுனைடெட் ஸ்டேட்ஸ் ஆர்மி ஏர் ஃபோர்ஸின் 509 வது கூட்டு குழுவானது போயிங் பி-29 சூப்பர்ஃபோர்ட்ரஸின் சிறப்பு சில்வர் பிளேட் பதிப்பைப் பயிற்றுவித்தது மற்றும் பொருத்தப் பட்டது. மேலும் மரியானா தீவுகளில் உள்ள டினியனுக்கு அனுப்பப் பட்டது. 26 ஜூலை 1945 அன்று போட்ஸ்டாம் பிரகடனத்தில் ஏகாதிபத்திய ஜப்பானிய ஆயுதப்படைகள் நிபந்தனையற்ற சரணடைய வேண்டும் என்று நேச நாடுகள் அழைப்பு விடுத்தன. இதற்கு மாற்றாக 'உடனடி மற்றும் முற்றிலும் அழிவு' இருந்தது. ஜப்பானிய அரசாங்கம் இறுதி எச்சரிக்கையை புறக்கணித்தது.

கியூபெக் உடன்படிக்கையின்படி, ஐக்கிய இராச்சியத்தின் ஒப்புதல் குண்டுவெடிப்புக்கு பெறப்பட்டது, மேலும் அணுகுண்டுகளுக்கு எதிராகப் பயன்படுத்தப்படுவதற்கு அமெரிக்க இராணுவத்தின் தலைமைத் தளபதி ஜெனரல் தாமஸ் ஹேண்டி ஜூலை 25 அன்று உத்தரவுகளைப் பிறப்பித்தார். ஹிரோஷிமா, கோகுரா,நிகாடா மற்றும் நாகசாகி. இந்த இலக்குகள் தேர்ந்தெடுக்கப்பட்டன. ஏனெனில் அவை இராணுவ ரீதியாக குறிப்பிடத்தக்க வசதிகளைக் கொண்ட பெரிய நகர்ப்புறங்களாக இருந்தன.

ஆகஸ்ட் 6 அன்று, ஒரு சிறுவன் ஹிரோஷிமாவில் இறக்கி விடப் பட்டான். மூன்று நாட்களுக்குப் பிறகு, ஒரு கொழுத்த மனிதன் நாகசாகியில் இறக்கப்பட்டார். அடுத்த இரண்டு முதல் நான்கு மாதங்களில், அணுகுண்டு வீச்சுகளின் விளைவுகள் ஹிரோஷிமாவில் 90.000 முதல் 166,000 பேரும் நாகசாகியில் 60,000 முதல் 80,000 பேரும் கொல்லப்பட்டனர்; முதல் நாளில் பாதி நடந்தது. பல மாதங்களுக்குப் பிறகு, தீக்காயங்கள், கதிர்வீச்சு நோய் மற்றும் பிற காயங்கள், நோய் மற்றும் ஊட்டச்சத்து குறைபாடு ஆகியவற்றால்

பலர் இறந்தனர். ஹிரோஷிமாவில் கணிசமான இராணுவப் படை இருந்த போதிலும், இறந்தவர்களில் பெரும்பாலானோர் பொது மக்கள்.

அடுத்தடுத்த உலக வரலாறு மற்றும் பிரபலமான கலாச்சாரத்தின் சமூக மற்றும் அரசியல் தன்மையில் குண்டுவெடிப்புகளின் விளைவு களை அறிஞர்கள் விரிவாக ஆய்வு செய்துள்ளனர்.

மேலும் குண்டுவெடிப்புகளுக்கான நெறிமுறை மற்றும் சட்டபூர்வ மான நியாயம் குறித்து இன்னும் நிறைய விவாதங்கள் உள்ளன. ஆதரவாளர்களின் கூற்றுப்படி, குறைந்தபட்ச உயிரிழப்புகளுடன் போரை முடிவுக்குக் கொண்டு வருவதற்கு அணுகுண்டுத் தாக்கு தல்கள் அவசியமானவை மற்றும் இறுதியில் அதிக உயிரிழப்புகளைத் தடுக்கின்றன. விமர்சகர்களின் கூற்றுப்படி, குண்டுவெடிப்புகள் போரின் முடிவில் தேவையற்றவை மற்றும் ஒரு போர்க் குற்றமாகும். இது தார்மீக மற்றும் நெறிமுறை தாக்கங்களை உயர்த்தியது.

*

17. பிரேசில் நகர தீவிபத்து
232 பேர் பலி

பிரேசிலின் தெற்குப் பகுதியில் சாண்டா மரீயா என்ற நகரில் அமைந்துள்ள பிரபலமான இரவு விடுதி ஒன்றில் இடம்பெற்ற தீ விபத்தில் சிக்கி குறைந்தது 232 பேர் உயிரிழந்துள்ளனர் என காவல் துறையினர் அறிவித்துள்ளனர். இறந்தவர்களில் பலர் பல்கலைக்கழக மாணவர்கள் எனக் கூறப்படுகிறது.

விடுதியில் இடம்பெற்ற நடன நிகழ்ச்சி ஒன்றில் இசைக்குழுவினர் திடீரென வாணவெடிகளை எறிந்ததிலேயே தீ பரவியதாக உள்ளூர் ஊடகங்கள் தெரிவிக்கின்றன. பலர் நச்சு வாயுவை சுவாசித்த தனாலும், மேலும் பலர் நெரிசலில் சிக்கியும் உயிரிழந்தனர்.

அதிகாலை 2 மணியளவில் இந்த அனர்த்தம் நிகழ்ந்துள்ளது. உயிரிழந் தோர் தொகை மேலும் அதிகரிக்கலாம் என பாதுகாப்புப் படை யினர் தெரிவித்துள்ளனர். நூற்றுக்கணக்கானோர் எரிகாயங்களுக்கு உள்ளாயினர்.

சிலியில் அரசு முறைப் பயணம் மேற்கொண்டிருந்த அரசுத் தலைவர் தில்மா ரூசெஃப் பயணத்தை இடை நிறுத்தி பிரேசில் திரும்பி யுள்ளார்.

சாண்டா மரியாவில் அமைந்துள்ள கிஸ் கிளப் இளைஞர்களிடையே மிகவும் பிரபலமானதாகும். வார இறுதி நாட்களில் இங்கு 2,000 முதல் 3,000 வரையானோர் கூடுகின்றனர்.

பல்கலைக் கழகங்களுக்குப் பிரபலமான இந்நகரத்தில் சாண்டா மரியா நடுவண் பல்கலைக்கழகம் உட்பட பல தனியார் பல்கலைக் கழகங்களும், உயர் கல்வி நிலையங்களும் அமைந்துள்ளன. 27,000 மாணவர்கள் கல்வி கற்கின்றனர்.

இந்த சம்பவம் தொடர்பாக 3 பேரை, காவல் துறை ஜனவரி 28 அன்று கைது செய்துள்ளது.

கிரேக்க காட்டுத்தீ

கிரேக்கத்தில் பரவிவரும் காட்டுத்தீ அந்நாட்டின் தலைநகரில் சேதங்களை ஏற்படுத்தும் என்று அஞ்சப்படும் நிலையில், அப்பகுதியில் ஏற்பட்டுள்ள மிக மோசமான சுற்றுச்சூழல் பேரவலம் இதுதான் என அதிகாரிகள் தெரிவித்துள்ளனர்.

பெரும் சீற்றத்துடன் காற்று வீசுவதால் தீ வேகமாக பரவி வரும் நிலையில், ஏதென்சு நகரின் வடக்கு மற்றும் கிழக்கு புறநகர்ப் பகுதிகளிலிருந்து பத்தாயிரத்திற்கும் அதிகமான மக்களை வீடுகளை துறந்து வெளியேறுமாறு அதிகாரிகள் உத்தரவிட்டுள்ளனர்.

இத்தாலி, பிரான்ஸ் சைப்ரஸ் போன்ற நாடுகளிலிருந்து தீயணைப்பு விமானங்கள் உள்ளிட்ட சர்வதேச உதவிகளை காட்டுத் தீயை அணைப்பது தொடர்பில் கிரேக்க அரசாங்கம் பெற்றுள்ளது.

இரண்டு ஆண்டுகளுக்கு முன்பு கிரேக்கத்தில் இதேபோல் காட்டுத் தீ பரவியதில் எழுபதுக்கும் அதிகமானோர் கொல்லப்பட்டிருந்தனர்.

ஜெகாதா | 69

18. துருக்கி நிலக்கரி சுரங்க விபத்து
200 பேர் பலி

துருக்கியின் மேற்குப் பகுதியில் உள்ள நிலக்கரி சுரங்கத்தில் நேற்று ஏற்பட்ட வெடி விபத்தில் குறைந்தது 205 பேர் கொல்லப் பட்டனர். பலர் காயமடைந்துள்ளனர் என்றும் இறப்பு எண்ணிக்கை மேலும் அதிகரிக்கக்கூடும் என்றும் அதிகாரிகள் அச்சம் தெரிவித் தனர்.

வெடி விபத்து சமயத்தில் 787 பேர் சுரங்கத்தில் இருந்ததாக அமைச்சர் கூறினார். மானிசா மாகாணத்தின் சோமா நகரிலுள்ள இச்சுரங்க விபத்து மின்சாரக் கோளாறால் நடந்ததாகத் தெரிகிறது. மீட்புப் பணியாளர்கள் இரவு முழுவதும் பணிபுரிந்து சுரங்கத்தில் சிக்கிய நூறுக்கு மேற்பட்டவர்களை காப்பாற்றியுள்ளனர். விபத்தில் சிக்கிய வர்கள் சுரங்கத்தில் சுரங்க நுழைவாயிலில் இருந்து 4 கி.மீ தூரத்தில் மாட்டிக் கொண்டுள்ளனர்.

தலைநகரான அங்காராவில் இருந்து இச்சுரங்கம் 450 கி.மீ தொலைவில் உள்ளது. தொழிலாளிகளின் உறவினர்கள் தனியாருக்கு உரிமை யான இச்சுரங்கத்துக்கு அருகில் கூடியுள்ளனர். விபத்து நடந்த சமயத்தில் சுரங்கத்தின் உள்ளே 360 தொழிலாளிகள் இருந்ததாக

அமைச்சர் தெரிவித்தார்.

கார்பன் மோனாக்சைடு காரணமாக பலியானவர்களின் எண்ணிக்கை அதிகமாக உள்ளதாகவும் தப்பி பிழைத்துள்ளோரை காப்பாற்ற ஆக்சிஜன் உள்ளே செலுத்தப்படுவதாகவும் கூறினார்.

செவ்வாய்கிழமை நண்பகல் நேரத்தில் இந்த விபத்து நடந்துள்ளது. காவல்துறையினர் கூட்டத்தைக் கட்டுப்படுத்தி அவசர காலப் பணியாளர்கள் சுரங்கத்தை விரைவில் அடைய உதவுகின்றனர்.

இவ்விபத்தால் துருக்கியப் பிரதமர் அல்பேனியாவுக்கு செல்லும் தன் திட்டத்தை ஒத்திவைத்து சுரங்கம் உள்ள சோமா பகுதிக்கு விரைந்துள்ளார் என அதிகாரிகள் தெரிவித்தனர்.

சுரங்க முதலாளி இவ்விபத்து பற்றி விசாரணை நடப்பதாக தெரிவித்தார். கடுமையான பாதுகாப்பு ஏற்பாடுகள் செய்யப்பட்டிருந்த போதிலும் இவ்வாறு நடந்துள்ளது எனக் கூறினார்.

லிக்னைட் நிலக்கரியை வெட்டி எடுப்பது சோமா பகுதியில் பெரும் தொழிலாகும். இந்நிலக்கரி அருகிலுள்ள மின் உற்பத்தி ஆலைக்கு அனுப்பப்படுகிறது.

ஆய்வாளர்கள் துருக்கியின் சுரங்கக் காப்பு மற்ற தொழில் வளர்ச்சியடைந்த நாடுகளை ஒப்பிடும்போது பின்தங்கி உள்ளது என்கின்றனர்.

1992இல் கருங்கடல் பகுதியிலுள்ள சுரங்க விபத்தில் 270 பலியானதே துருக்கியின் மோசமான சுரங்க விபத்தாகும்.

19. இந்தியாவில் வெப்ப தாக்கத்தால் 1500 பேர் பலி

வெப்பத்தாக்கத்தால் இந்தியாவில் அதிக உயிரிழப்பு என்று சொன்னாலும் ஆந்திரப் பிரதேசம் & தெலுங்கானா மாநிலங்களி லேயே அதிக இறப்புகள் நேர்ந்துள்ளன. ஆந்திரப் பிரதேசத்திலும், தெலுங்கானாவிலும் புதன்கிழமைக்கு பின் 414 பேர் இறந்துள் ளார்கள். ஆந்திரப் பிரதேசத்தில் 1000க்கும் அதிகமானவர்கள் இதனால் இறந்துள்ளார்கள். தெலுங்கானாவில் 300க்கும் மேற்பட்ட வர்கள் இறந்துள்ளார்கள்.

இதுவரை ஒடிசாவில் 43 பேரும் குஜராத்தில் ஏழு பேரும் தில்லியில் இருவரும் உயிரிழந்துள்ளார்கள்.

கடும் வெப்ப தாக்கம் இன்னும் இரண்டு நாட்களுக்கு நீடிக்கும் என ஐதரபாத்து வானிலை ஆய்வாளர் கூறியுள்ளார். ஆந்திரப் பிரதேசத்தில் பிரகாசம் மாவட்டத்திலேயே அதிக மக்கள் வெப்பத்தால் உயிரிழந் துள்ளனர். அதற்கடுத்தபடியாக குண்டூர், விசாகப்பட்டினம், விஜய நகரம், நெல்லூர், கிருஷ்ணா, மேற்கு கோதாவரி மாவட்டங்களில் அதிகபேர் இறந்துள்ளார்கள். மற்ற மாவட்டங்களிலும் வெப்பத் தால் மக்கள் இறந்துள்ளார்கள்.

தெலுங்கானாவில் நலகொண்டா மாவட்டத்திலேயே அதிக மக்கள் வெப்பத்தால் உயிரிழந்துள்ளனர். அதற்கடுத்தபடியாக கம்மம், கரீம் நகர், மெகபூப் நகர் மாவட்டங்களில் அதிகபேர் இறந்துள்ளார்கள். மற்ற மாவட்டங்களிலும் வெப்பத்தால் மக்கள் இறந்துள்ளார்கள்

முதியவர்களும், தொழிலாளர்களுமே அதிக அளவில் இறந்துள்ளார்கள்.

1800க்கும் மேற்பட்டவர்கள் இறந்துள்ளதாக புதிய செய்திகள் கூறுகின்றன. உத்திரப் பிரதேசம், பஞ்சாப், ஹரியானா, இமாச்சலப் பிரதேசம், ஜார்கண்ட், இராஜஸ்தான் போன்ற மாநிலங்களிலும் வழக்கத்துக்கு அதிகமான வெப்பத்தாக்கம் இப்போது நிலவுகிறது.

✸

20. கொங்கோவில் எண்ணெய் டாங்கர் விபத்து 230 பேர் பலி

கொங்கோ மக்களாட்சிக் குடியரசில் எண்ணெய்த் தாங்கி ஏற்றி வந்த பேருந்து ஒன்று கவிழ்ந்து வெடித்ததில் குறைந்தது 230 பேர் கொல்லப்பட்டனர். அருகில் உள்ள கிராமம் தீப்பற்றி எரிந்தது.

புருண்டியின் எல்லையில் அமைந்துள்ள தெற்கு புக்காவு மாகாணத்தில் சாங்கே என்ற ஊரில் வெள்ளிக்கிழமை மாலை இந்தக் கொடூர விபத்து நடந்துள்ளது. இறந்தவர்களில் 61 பேர் குழந்தைகள் என்றும், 36 பேர் பெண்கள் என்றும் தெரிவிக்கப்படுகிறது. மேலும் 196 பேர் படுகாயமடைந்தனர்.

கொல்லப்பட்டவர்களில் பலர் திரையரங்கு ஒன்றினுள் இருந்தவர்கள் எனவும் சிலர் தாங்கியில் இருந்து ஒழுகிய எண்ணெயை சேகரிக்க முயன்றவர்கள் என்றும் கூறப்படுகிறது.

காயமடைந்தவர்களை மருத்துவமனைகளுக்கு கொண்டு சேர்ப்பதில் கொங்கோவில் நிலை கொண்டுள்ள ஐ.நா.வின் அமைதிப் படையினரும் உதவி வருகின்றனர்.

பல வீடுகள் எரிந்து சாம்பலாகியுள்ளன என நேரில் கண்டவர்கள் தெரிவித்தனர். திரையரங்கில் உலகக்கோப்பை கால்பந்து போட்டிகளைக் காண வந்திருந்தவர்கள் பெரும்பாலும் உயிரிழந்திருக்கின்றனர். இறந்தவர்களின் உடல்கள் பெரும்தொகையாக புதைகுழி ஒன்றில் போடப்பட்டு மூடப்பட்டதாக உள்ளூர்வாசிகள் தெரிவித்தனர்.

தன்சானியாவில் இருந்து வந்து கொண்டிருந்த சுமையுந்து ஒன்றில் இருந்து எண்ணெய் ஒழுகத் தொடங்கியதென்றும், இதனையடுத்து அங்கு குழுமிய பொது மக்கள் எண்னெயை சேகரிக்கத் தொடங்கினார்கள் என்றும் தெரிவிக்கப்படுகிறது. சில நிமிட நேரத்தில் எண்ணெய்த் தாங்கி வெடித்துச் சிதறியது. தீ வேகமாகப் பரவத் தொடங்கியது.

'ஆண்கள், பெண்கள், குழந்தைகள் மட்டுமல்லாமல் அரசுப் படையினரும் எண்ணெயைக் களவெடுக்க ஆரம்பித்து விட்டார்கள்' என ஒருவர் தெரிவித்தார்.

21. சீனாவின் கோழிக்கறி பதப்படுத்தும் ஆலை தீ விபத்தில் 119 பேர் பலி

வடகிழக்கு சீனாவின் ஜிலின் மாகாணத்தின் தேகூய் நகரின் கோழிக்கறி பதப்படுத்தும் ஆலையில் ஏற்பட்ட தீ விபத்தில் 119 பேர் இறந்தனர். தீ ஏற்படும் முன் வெடிக்கும் சத்தம் கேட்டதாகவும் அது தொழிலாளர்களிடையே பதற்றத்தை உருவாக்கியதாகவும் தப்பும் வழியில் பலர் சிக்குண்டதாகவும் வெளியேறும் வழிகள் பல பூட்டப்பட்டிருந்ததாகவும் தப்பியவர்கள் கூறுகின்றனர்.

மாகாண தீயணைக்கும் துறையினர் அம்மோனியா கசிவினால் தீ விபத்து நிகழ்ந்திருக்கலாம் அல்லது அது தீ அணைக்கும் பணியை சிரமமாக்கியிருக்கலாம் என்று கூறுகின்றனர். வேறு சிலர் மின்கசிவு காரணமாக தீ விபத்து நிகழ்ந்திருக்கலாம் என்கின்றனர்.

100 தொழிலாளர்கள் தப்பிவிட்டதாகவும் ஆலையின் சிக்கலான உள்கட்டமைப்பும் நெருக்கலான வெளியேறும் வழிகளும் காப் பாற்றும் பணியை சிரமமாக்கியுள்ளதாக சீனாவின் ஜின்குவா செய்தி நிறுவனம் கூறுகிறது.

மேலும் தீ விபத்து ஏற்பட்ட சமயத்தில் ஆலையின் முன் கதவு பூட்டப்பட்டிருந்ததாக ஜின்குவா கூறுகிறது. தீ விபத்து ஏற்பட்ட

சமயத்தில் 300 தொழிலாளர்கள் அவ்வாலையில் இருந்ததாக தெரிகிறது.

500க்கும் மேற்பட்ட தீயணைப்பு வீரர்கள் மீட்பு பணியில் ஈடுபட்டுள்ளனர் என்று மாகாண அரசு கூறியுள்ளது. 270க்கு மேற்பட்ட மருத்துவர்களும், செவிலியர்களும் தீவிபத்து ஏற்பட்ட இடத்தில் பணி நிவாரணப்பணியில் உள்ளனர் என்று கூறியுள்ளது.

அமெரிக்க கண்டத்தில் பயணமாக உள்ள சீன அதிபர் நிவாரணப் பணிகள் துரிதமாக நடக்க ஆணையிட்டுள்ளார்.

இது 2000 ஆம் ஆண்டுக்குப் பிறகு ஏற்பட்ட சீனாவின் மோசமான தீ விபத்தாகும். 2000 ஆம் ஆண்டு 309 பேர் கெனான் மாகாணத்தில் ஓர் நடன அரங்கில் ஏற்பட்ட தீ விபத்தில் இறந்தனர்.

22. பல்வேறு நாட்டில் ஏற்பட்ட விமான விபத்துகள்

எகிப்தில் விமான விபத்து 224 பேர் பலி

224 பேருடன் சென்ற உருசிய விமானம் ஒன்று எகிப்தின் மத்திய சினாய் பகுதியில் விபத்துக்குள்ளாகியுள்ளதாக எகிப்தியப் பிரதமர் உறுதிப்படுத்தியுள்ளார்.

மேற்கு சைப்பீரிவாவைச் சேர்ந்த கொகலிமாவியா என்ற சிறிய விமான நிறுவனம் ஒன்றின் மெட்ரோஜெட் 9268 ஏர்பஸ் ஏ-321 விமானம் செங்கடல் சுற்றுலா மையமான சார்ம் எல்-சேக் என்ற இடத்தில் இருந்து உருசியாவின் சென் பீட்டர்சுபுர்க் நகர் நோக்கி இன்று காலையில் புறப்பட்டு 23 நிமிட நேரத்தில் காணாமல் போனது.

இவ்விமானத்தில் 17 சிறுவர்கள் உட்பட 217 பயணிகளும், 7 பணி யாளரும் இருந்தனர். பயணிகளில் பெரும்பாலானோர் உருசிய சுற்றுலாப் பயணிகள் ஆவர்.

9,000 மீட்டர் உயரத்தில் பறந்து கொண்டிருந்த போதே ராடார் களில் இருந்து அவ்விமானம் மறைந்ததாக எகிப்திய அதிகாரிகள்

தெரிவித்தனர். விமானத்தின் சிதைவுகள் அசானா என்ற இடத்தில் கண்டுபிடிக்கப்பட்டுள்ளன.

விமானத்தில் தொழிநுட்பக் கோளாறு உள்ளதாக விமானி எகிப்தியத் தரைக்கட்டுப்பாட்டுப் பகுதிக்கு அறிவித்திருந்ததாக அதிகாரிகள் தெரிவித்தனர். விமானம் சுட்டு வீழ்த்தப்பட்டதற்கான அறிகுறிகள் இல்லை என எகிப்தியப் பாதுகாப்பு வட்டாரங்கள் தெரிவித்தன.

எகிப்தின் வடக்கு சினாய் பகுதியில் கடந்த இரண்டு ஆண்டு காலமாக தீவிரவாதிகளின் நடமாட்டங்கள் அதிகரித்திருந்தன. பல்வேறு தாக்குதல்களில் நூற்றுக்கும் அதிகமான காவல் துறையினர் கொல்லப்பட்டனர்.

●

ருஷ்ய விமான விபத்து

உருசியாவின் கசான் நகர விமான நிலையத்தில் பயணிகள் விமானம் ஒன்று தரையில் மோதி வெடித்ததில் அதில் பயணம் செய்த அனைத்து 50 பேரும் கொல்லப்பட்டனர்.

உருசியத் தலைநகர் மாஸ்கோவில் இருந்து தத்தர்ஸ்தான் குடியரசின் சகசான் நகரை நோக்கிச் சென்ற புறப்பட்ட போயிங் 737 விமானம் கசான் விமான நிலையத்தில் நேற்றிரவு உள்ளூர் நேரம் 07:30 மணிக்கு தரையில் மோதி வெடித்ததாக அதிகாரிகள் தெரிவித்தனர். விமானத்தில் 44 பயணிகளும் 6 சிப்பந்திகளும் இருந்தனர். விமானம் தலைகீழாகக் கீழே வீழ்ந்ததாக அறிவிக்கப்படுகிறது.

விமானம் விபத்துக்குள்ளாகியதில் தொழில்நுட்பக் கோளாறா அல்லது விமானிகளின் தவறா எனக் கண்டறிவதில் அதிகாரிகள் ஈடுபட்டுள்ளனர்.

இறந்தவர்களில் தத்தர்ஸ்தான் குடியரசின் அரசுத்தலைவரின் மகன், மற்றும் தத்தர்ஸ்தானின் நடுவண் புலனாய்வுத்துறையின் தலைவர் ஆகியோர் என அடையாளம் காணப்பட்டுள்ளனர்.

டொனா புல் என்ற பிரித்தானிய ஆசிரியை ஒருவரும் இறந்தவர்களில் ஒருவர் என ஐக்கிய ராஜ்ஜியத்தின் வெளியுறவுத்துறை அறிவித்துள்ளது.

உருசிய அரசுத்தலைவர் விளாதிமிர் பூட்டின் இறந்தவர்களின் குடும்பத்தினருக்கு தனது ஆழ்ந்த வருத்தத்தைத் தெரிவித்துக் கொண்டுள்ளார்.

விபத்துக்குள்ளான விமானம் 1990 ஆம் ஆண்டில் இருந்து சேவையில் உள்ளது என உள்ளூர் செய்திகள் தெரிவிக்கின்றன.

கசான் நகரம் மாஸ்கோவில் இருந்து கிழக்கே 720 கிமீ தூரத்தில் அமைந்துள்ளது.

●

கொலம்பியா விமான விபத்து 131 பேர் பலி

கொலம்பிய பயணிகள் விமானம் ஒன்று கரிபியன் தீவொன்றில் தரையிறங்குகையில் பல துண்டுகளாகப் பிரிந்து சிதறியதில் குறைந்தது 129 பேர் காயமடைந்ததாக அதிகாரிகள் தெரிவித்தனர்.

இவ்விபத்தில் ஒருவர் மட்டுமே கொல்லப்பட்டார். இவரும் மாரடைப்பினாலேயே உயிரிழந்ததாகத் தெரிவிக்கப்படுகிறது. ஏனையோர்கள் ஓடுபாதையில் வீசி எறியப்பட்டார்கள்.

பயணிகள், மற்றும் சிப்பந்திகள் என மொத்தம் 131 பேருடன் கொலம்பியத் தலைநகர் பொகோட்டாவில் இருந்து சென்ற போயிங் 737 விமானம் சான் அண்ட்ரெசு என்ற தீவில் திங்கட் கிழமை காலை 0149 மணிக்கு (0649 GMT) தரையிறங்க முற்பட்ட போதே இவ்விபத்து நேர்ந்துள்ளது.

அயரெசு என்ற உள்ளூர் விமான நிறுவனத்துக்குச் சொந்தமான இவ்விமானம் மின்னல் தாக்கியதாலேயே விபத்துக்குள்ளாகியதாக அதிகாரிகள் தெரிவித்தனர்.

'விமானியின் சாதுரியத்தால் விமானம் விமான நிலையத்துடன் மோதாமல் தவிர்க்கப்பட்டது' என கொலம்பிய வான்படையின் உயர் அதிகாரி ஒருவர் தெரிவித்தார்.

99 பேர் அருகில் உள்ள மருத்துவமனைக்குக் கொண்டு செல்லப் பட்டனர். இவர்களில் 4 பேரே கடுமையான காயத்துக்குள்ளாகி யுள்ளதாக மருத்துவமனை வட்டாரங்கள் தெரிவித்தன.

இவ்வளவு பயணிகள் உயிர் தப்பியது ஓர் அதிசயம் என சான் ஆண்டிரெசு ஆளுநர் பெத்ரோ கலார்டோ தெரிவித்தார்.

சான் ஆண்டிரெசு தீவு நிக்கராகுவாக் கரையோரத்தின் கிழக்கே 190 கிமீ தூரத்தில் அமைந்துள்ளது. இது ஒரு புகழ் பெற்ற சுற்றுலாத் தலமாகும்.

●

ரஷ்ய ராணுவ வானூர்தி விபத்து 92 பேர் பலி

சிரியாவுக்கு வந்துகொண்டிருந்த ரஷ்ய இராணுவ வானூர்தி கருங்கடல் பகுதியில் விபத்துக்குள்ளானதில் 92 பேர் பலியாயினர். இதில் ரஷ்ய செம்படையின் இசைக்குழுவும் பயணித்தது.

மாசுக்கோவில் இருந்து புறப்பட்ட இந்த வானூர்தி தென் ரஷ்யா வின் சோச்சி நகரில் எரிபொருள் நிரப்புவதற்காக நின்றது.

சோச்சி நகரிலிருந்து புறப்பட்ட இரண்டு நிமிடங்களுக்குள் வானூர்தி (டியு-154 டுபோலவ்) ரேடாரில் இருந்து மறைந்தது. சிரியாவின் லடாக்கியா நகருக்கு சென்ற இதில் பயணித்த பெரும் பாலானவர்கள், ரஷ்ய ராணுவத்தின் (செம்படை) புகழ் பெற்ற இசைக்குழுவான அலெக்சாண்ட்ரோவ் என்செம்பிள் குழுவின் உறுப்பினர்கள் ஆவர்.

இவ்விபத்து பற்றி விசாரிக்க ரஷ்ய அதிபர் விளாடிமிர் புதின் உத்தர விட்டுள்ளார். இவ்விபத்துக்கு திங்கள் கிழமை தேசிய அளவில் துக்கம் கடைபிடிக்கப்படும் என்றார்.

1960இல் வடிவமைக்கப்பட்ட டியு-154 டுபோலவ் வானூர்தி 1972இல் பயன்பாட்டுக்கு வந்தது. சோவியத் ஒன்றியத்தின் ரஷ்யாவின் பெரும்பலமாக இது உள்ளது. இதுவரை இவ்வகையான வானூர்திகள் 39 விபத்துக்குள்ளாகியுள்ளன. கடந்த 2010ஆம் ஆண்டு மேற்கு ரஷ்யாவில் விபத்துக்குள்ளானதில் போலந்து நாட்டின் அதிபர் உயிரிழந்தார்.

●

ஈரானிய விமான விபத்து 72 பேர் பலி

நூற்றுக்கும் அதிகமான பயணிகளை ஏற்றிச் சென்ற ஈரானியப் விமானம் ஒன்று வடமேற்குப் பகுதியில் விபத்துக்குள்ளாகி வீழ்ந்து நொறுங்கியதில் குறைந்தது 72 பேர் கொல்லப்பட்டனர். தலைநகர் தெகரானில் இருந்து புறப்பட்ட ஈரான்ஏர் போயிங் 727 விமானம் 700 கி.மீ தொலைவில் உள்ள ஊர்மியா என்ற நகரில் தரையிறங்கும் போது வெடித்துச் சிதறியது.

32 பேர் காப்பாற்றப்பட்டதாக ஃபார்ஸ் செய்தி நிறுவனம் அறிவித்துள்ளது. கடும் பனி காரணமாக மீட்பு வேலைகள் பாதிக்கப்

பட்டுள்ளதாக செய்திகள் தெரிவிக்கின்றன. முன்னர் வந்த செய்திகள் 50 பேர் வரையில் உயிர் தப்பியதாகத் தெரிவித்தன.

இவ்விபத்து நேற்றிரவு உள்ளூர் நேரப்படி 1945 மணிக்கு இடம் பெற்றதாக ஈரானிய அரசுத் தொலைக்காட்சி அறிவித்தது. கடுமையான காலநிலையே இவ்விபத்துக்குக் காரணமாக இருக்கலாம் என அதிகாரிகள் தெரிவித்தனர்.

விமானம் பல துண்டுகளாக வெடித்திருந்தாலும், குண்டுவெடிப்பு இடம் பெறவில்லையென ஈரானின் செஞ்சிலுவைச் சங்க அதிகாரி ஒருவர் தெரிவித்தார்.

கடந்த ஆண்டு ஜூலை மாதத்தில் வடக்கு ஈரானில் இடம் பெற்ற ஒரு விமான விபத்தில் 168 பேர் கொல்லப்பட்டனர்.

அல்ஜீரிய விமான விபத்து 77 பேர் பலி

அல்ஜீரியாவில் சி-130 ரக விமானம் ஒன்று திடீரென விபத்துக் குள்ளாகி விழுந்து நொறுங்கியதில் 77 பேர் உயிரிழந்தனர். இந்த விமானத்தில் ராணுவ வீரர்களும் அவர்களது குடும்பத்தினரும் சென்றதாக பாதுகாப்புத்துறை வட்டாரங்கள் கூறின. இவ்விபத்தில் ஒருவர் மட்டும் உயிர் தப்பினார்.

ஓர்க்லா என்ற இடத்தில் இருந்து கான்ஸ்டான்டைன் என்ற இடத்தை நோக்கிப் புறப்பட்ட இவ்விமானம் தலைநகர் அல்ஜீயர்ஸின் தெற்கே 380 கி.மீ தொலைவில் உள்ள ஓம் எல் புவாகி என்ற பகுதியில் ஜெபெல் பெர்ட்டாசு என்ற மலையில் விழுந்து நொறுங்கியதாக அல்ஜீரியத் தேசிய வானொலி தெரிவித்தது.

விபத்திற்கான காரணம் குறித்துக் கண்டறிய விமானத்தின் கருப்பு பெட்டியை தேடுமாறு உத்தரவிடப்பட்டுள்ளதாகவும் தகவல்கள் வெளியாகியுள்ளன. மோசமான காலநிலையே விபத்துக்கான காரணமாக இருக்கலாம் என இராணுவ வட்டாரங்கள் தெரிவித்தன.

உயிரிழந்த இராணுவத்தினர்கள் 'மாவீரர்கள்' என அந்நாட்டு அரசுத்தலைவர் அப்தெலாசிசு பூட்டெஃபிக்கா கூறினார். இன்று முதல் மூன்று நாட்கள் தேசிய துக்க நாட்களாக அறிவிக்கப் பட்டுள்ளது.

கடந்த 10 ஆண்டுகளில் அல்சீரியாவில் இடம்பெற்ற மிக மோசமான விமான விபத்து இதுவாகும். இராணுவ எர்க்கூலிசு விமானம் விபத்துக்குள்ளாவது இது மூன்றாவது தடவையாகும்.

2003 ஆம் ஆண்டில் ஏர் அல்ஜீரியா போயிங் 737 விமானம் விபத்துக் குள்ளாகியதில் 103 பேர் கொல்லப்பட்டனர்.

●

நைஜீரிய விமான விபத்து உயிரிழப்பு

153 பேருடன் பறந்து கொண்டிருந்த விமானமொன்று நைஜீரியாவின் லாகோஸ் நகரில் வீழ்ந்து நொறுங்கியதில் அதில் பயணம் செய்த அனைவரும் கொல்லப்பட்டதாக அந்நாட்டு அதிகாரிகள் தெரி வித்துள்ளனர்.

இந்தியருக்குச் சொந்தாமான டானா ஏர் நிறுவனத்தின் போயிங் எம்டி-83 என்ற இவ்விமானம், முர்த்தாலா முகமது பன்னாட்டு விமான நிலையத்திற்கு அருகில் மின்சார கம்பியொன்றில் மோதிய பின் இரு மாடிகளைக் கொண்ட அலுவலகக் கட்டிடமொன்றின் மீது மோதியதாக அறிவிக்கப்பட்டுள்ளது. அபுஜா நகருக்கும் லாகோஸ் நகருக்கும் இடையில் பயணித்த விமானமே விபத்துக் குள்ளாகியுள்ளது.

தரையில் இருந்தவர்கள் சிலரும் உயிரிழந்திருக்கலாம் என நம்பப் படுகிறது. அன்று விடுமுறை நாளாகையால் கட்டடத்தில் எவரும் தங்கியிருக்க வாய்ப்பில்லை எனக் கூறப்படுகிறது. ஆனால் இறந்தவர் களின் விவரங்கள் எதுவும் அறிவிக்கப்படவில்லை.

விமானத்திலிருந்து எவரும் உயிர் தப்பியிருப்பார்கள் என தான் நம்ப வில்லை என நைஜீரிய சிவில் விமான போக்குவரத்து அதிகார சபையின் தலைவர் ஹரோல்ட் டெனூரன் தெரிவித்துள்ளார்.

பயணிகளில் பெரும்பாலானோர் நைஜீரியர்கள் ஆவர். ஆறு சீனப் பயணிகளும் இறந்துள்ளதாக சீனத் தூதரகம் அறிவித்துள்ளது.

இவ்விபத்துக் குறித்து முழுமையான விசாரணைகள் மேற் கொள்ளப்படும் என நைஜீரியாவின் அரசுத்தலைவர் குட்லக் ஜொனத்தன் தெரிவித்துள்ளார்.

கியூபா விமான விபத்து

கியூபாவின் மத்திய பகுதியில் பயணிகள் விமானம் ஒன்று வீழ்ந்து நொறுங்கியதில் அதில் பயணம் செய்த அனைத்து 68 பேரும் கொல்லப்பட்டதாக அதிகாரிகள் தெரிவித்தனர். இவர்களில் 28 பேர் வெளிநாட்டினர் ஆவர். விபத்துக்கான காரணம் இதுவரையில் அறிவிக்கப்படவில்லை.

அரசினால் நிர்வகிக்கப்படும் ஏரோகரிபியன் விமானம் கண்டியாகோ டி கியூபா என்ற கிழக்கு நகரில் இருந்து தலைநகர் அவானா நோக்கிச் சென்று கொண்டிருந்தபோதே இவ்விபத்து நிகழ்ந்துள்ளது. உயிர்தப்பியவர்கள் எவரும் காணப்படவில்லையென விபத்து நடந்த இடத்துக்குச் சென்ற கியூபாவின் வான்வெளிப் போக்கு வரத்து அதிகாரிகள் தெரிவித்தனர்.

பிரெஞ்சுத் தயாரிப்பான ஏடிஆர் டர்போ விமானம் வியாழன் மாலை குவாசிமால் என்ற நகரின் மலைப்பகுதியில் வீழ்ந்தது. இவ்விமானத்தில் பயணம் செய்த அனைவரும் சுற்றுலாப் பயணிகள் எனக் கூறப்படுகிறது. விமானத்துக்கான தொடர்புகள் துண்டிக்கப் படுவதற்கு முன்னர் விமானி அவசர எச்சரிக்கை விடுத்திருந்தார்.

1989 செட்டம்பர் 3 ஆம் நாள் சோவியத் தயாரிப்பான இலியூசின்-62 விமானம் அவானாவுக்கருகில் வீழ்ந்து நொறுங்கியதில் பயணிகள் 126 பேரும், தரையில் இருந்த 40 பேரும் கொல்லப்பட்டனர். அவ்விபத்துக்குப் பின்னர் அன்று நடந்த விபத்தே கியூபாவில் நிகழ்ந்த வற்றில் பெரும் விமான விபத்தாகும்.

ருஷ்ய பயணி விமான விபத்து 75 பேர் பலி

உருசிய தலைநகர் மாசுக்கோவில் இருந்து கிளம்பிய ஒரு பயணிகள் வானூர்தி, சில நிமிடங்களில் நொறுங்கியது. இதில் பயணித்த 71 பேரும் இறந்துள்ளனர். இதில் 65 பேர் பயணிகள், 6 பேர் வானூர்தி பணியாளர்கள்.

சரடோவ் ஏர்லைன்சின் ஏஎன்148 என்ற இந்த வானூர்தி, கசகசுத்தான் உடனான உருசியாவின் எல்லைக்கு அருகில் உள்ள உரால் மலைப்பகுதியின் ஒர்சுக் நகரத்திற்கு சென்று கொண்டிருந்த போது விபத்து நிகழ்ந்தது. வானூர்தி ரேடார் திரைகளில் இருந்து மறைந்த பிறகு இந்த விபத்து நடந்துள்ளது.

மாசுக்கோவின் தென்கிழக்கில் 80கிலோ மீட்டர் தொலைவில் உள்ள அர்குனோவோ பகுதியில் உள்ள ஒரு கிராமத்தில், வானூர்தி எரிந்துக் கொண்டு கீழே விழுவதை மக்கள் பார்த்துள்ளனர்.

இந்த வானூர்தி ஒரு நிமிடத்திற்கு 3,300 அடிகள் கீழ் இறங்கியதாக வானூர்தி கண்காணிப்பு தளமான, 'ப்ளைட்ரேடார்' கீச்சு செய்துள்ளது. பனி படர்ந்த நிலத்தில், வானூர்தியின் பாகங்கள் கிடப்பதை இந்த தளத்தின் புகைப்படங்கள் காட்டுகின்றன.

வானூர்தில் 65 பயணிகள் மற்றும் ஆறு வானூர்தி குழுவினர் இருந்துள்ளனர். உருசிய அதிபர் புதின் இறந்தவர்களின் குடும்பங்களுக்கு தனது இரங்கலை தெரிவித்துள்ளார். மேலும் விபத்துக்கான காரணத்தை கண்டுபிடிக்க விசாரணைக்கும் உத்தரவிட்டுள்ளார்.

தற்போது விபத்தில் சிக்கியுள்ள வானூர்தி சரடோவ் ஏர்லைன்சுக்கு சொந்தமானது.

வானூர்தில் வானூர்தி ஓட்டுநர்கள் இருக்கும் பகுதியில், வானூர்தி ஓட்டுநர் அல்லாத ஒருவர் இருந்ததை திடர் ஆய்வின் போது கண்டுபிடிக்கப்பட்டதால், சரடோவ் ஏர்லைன்சின் சர்வதேச வானூர்தி சேவைக்கு 2015 ஆம் ஆண்டு தடை விதிக்கப்பட்டது.

தடைக்கு எதிராக மேல்முறையீடு செய்த இந்த நிறுவனம், 2016- ஆம் ஆண்டு மீண்டும் தனது சர்வதேச சேவையை தொடங்குவதற்கு

முன்பு தனது கொள்கையில் மாற்றங்களைக் கொண்டு வந்தது. இது உருசிய நகரங்களுக்கு இடையே சேவையாற்றுகிறது. அத்துடன், ஆர்மீனியா மற்றும் இச்சோர்சியாவிற்கு சேவை வழங்கி வருகிறது.

●

பிரேசில் வானூர்தி விபத்து 75 பேர் பலி

பிரேசிலின் சாப்பேக்யோன்சே (Chapecoense) கால்பந்தாட்ட குழு சென்ற வானூர்தி கொலம்பியாவில் விபத்துக்கு உள்ளாகியதில் 75 பேர் பலி ஆகினர். மொத்தம் 81 பேர் இவ்வானூர்தியில் பயணம் செய்தனர். தனி வானூர்தியில் குழு பயணம் செய்தது இதில் இருந்தவர்கள் அனைவரும் இந்த கால் பந்தாட்ட குழுவைச் சேர்ந்த வர்கள்.

பிரேசிலின் சாவோ பாவுலோ நகரில் புறப்பட்ட இவ்வானூர்தி பொலியாவின் சான்டா குருசு வழியாக கொலம்பியாவின் மெடலின் நகருக்கு வந்து கொண்டிருந்தது. மெடலின் நகரை அந்த வானூர்தி அணுகிக் கொண்டிருந்த வேளையில், மோசமாக கால நிலையால் மலைப்பாங்கான இடத்தில் வைத்து விழுந்து நொறுங்கிய இந்த வானூர்தியில் கால்பந்து விளையாட்டு வீரர்கள், செய்தி யாளர்கள், வானூர்தி ஊழியர்கள் என மொத்தம் 81 பேர் பயணம் செய்தனர்.

மின்சார கோளாறு காரணமாக விபத்து ஏற்பட்டதாக தெரிவிக்கப் பட்டுள்ளது. பிரேசிலின் தெற்கு பகுதியை சேர்ந்த சிறியதொரு அணியான சாப்பேக்யோன்சே கால்பந்து அணி, அடிமட்ட நிலையி லிருந்து உயர்ந்து, தென் அமெரிக்காவின் இரண்டாவது பெரிய குழுப் போட்டியின் இறுதி போட்டிக்கு தகுதி பெற்றிருந்தனர்.

மெடெலின் சர்வதேச வானூர்தி நிலையத்துக்கு தெற்கே முப்பது கிலோ மீட்டர்கள் தொலைவில், லா யூனியன் நகரை கடந்து சென்ற போது மின் கோளாறு குறித்து வானூர்தி அறிவித்துள்ளது. பின்னர் அது வீழ்ந்து நொருங்கியது. இவ்விபத்தில் இறந்தவர்களுக்காக பிரேசில் மூன்று நாள் அரசு முறை துக்கம் அனுசரிக்க போவதாக அறிவித்துள்ளது.

தப்பிய இருவர் கால்பந்தாட்ட வீரர்கள் என உறுதிபடுத்தப்
பட்டுள்ளது. இன்னொரு கால்பந்தாட்ட வீரர் தப்பி மருத்துமனை
யில் உயிரிழந்ததாக தெரிகிறது.

1973இல் உருவாக்கப்பட்ட இவ்வணி 2014ஆம் ஆண்டை தவிர
எல்லா ஆண்டும் பிரேசிலின் சீரியசு ஏ குழு ஆட்டங்களில் விளை
யாடி வருகிறது.

இந்த போட்டிக்கான கோப்பையை சாப்பேக்யோன்சே கால்பந்து
அணிக்கே வழங்கலாம் என்று அந்த அணி மோதவிருந்த மெடெலின்
நகரின் அலேடிகோ நேசனல் கால்பந்து அணியின் தலைவர்
யோசனை கூறியிருக்கிறார்.

●

ருஷ்ய வானூர்தி விபத்து 62 பேர் பலி

துபாயிலிருந்து சென்ற பயணிகள் வானூர்தி ஒன்று உருசியா
வின் ரோசுதோவ் ஆன் டான் நகரில் விபத்துக்குள்ளானதில் 55
பயணிகளும் 7 ஊழியர்களும் பலியாகியுள்ளனர் (62).

ஃப்ளை துபாய் நிறுவனத்தின் 737-800 வானூர்தி (வானூர்தி எண்
FZ981) தரையிறங்க முற்பட்டபோது ஓடுபாதையைத் தவற விட்ட
தால் இந்த விபத்து நேரிட்டது.

இந்த விபத்திற்கான முழுமையான காரணங்கள் தெரியவிட்டாலும்,
பனிமூட்டமும் காற்றும் இதற்குக் காரணமாக இருக்கலாம் என
நம்பப்படுகிறது. விமானம் தரையில் மோதி சுக்குநூறாக சிதறிப்
போனது என உருசிய புலனாய்வுக் குழு தனது இணைய தளத்தில்
தெரிவித்துள்ளது.

முதலில் தரையிறங்க முயற்சித்து முடியாமல் போன நிலையில்,
இரண்டு மணி நேரம் வானத்தில் வட்டமிட்ட அந்த வானூர்தி
இரண்டாவது முறையாக தரையிறங்க முயற்சித்தபோது இந்த
விபத்து நேரிட்டது.

ரோசுதோவ் நகரம் மாஸ்கோவுக்கு தெற்கில் 950 கி.மீ. தொலைவில்
அமைந்திருக்கிறது. இந்த வானூர்தியில் இருந்தவர்களில் பெரும்

பாலானவர்கள் உருசியர்கள் என பிராந்திய ஆளுனர் தெரிவித் திருக்கிறார். இறந்தவர்கள் நால்வர் குழந்தைகள். ஃப்ளை துபாய் பயணிகளில் 44 பேர் உருசியர்கள், 8 பேர் உக்ரேனியர்கள், 2 இந்தியர்கள், ஒரு உசுபெக்கிசுத்தான் நாட்டவர் இருந்தனர் எனவும் அனைவரும் விபத்தில் இறந்துவிட்டார்கள் எனவும் தெரிவித்தது.

வானூர்தி ஊழியர்கள் 7 பேரில் ஒருவர் உருசிய நாட்டவர் என்றும் தெரிவிக்கப்பட்டுள்ளது. குறைந்த கட்டணத்தில் வானூர்தி களை இயக்கும் ஃப்ளை துபாய் நிறுவனம் துபாயை மையமாகக் கொண்டு 2009ஆம் ஆண்டில் துவக்கப்பட்டது. 90 இடங்களுக்கு இந்த நிறுவனம் வானூர்திகளை இயக்கி வருகிறது.

23. உக்ரைன் பன்னாட்டு ஏர்லைன்ஸ் விபத்து

உக்ரைன் பன்னாட்டு ஏர்லைன்ஸ் பறப்பு 752 (Ukraine International Airlines Flight 752) என்பது தெகுரான் இமாம் கொமெய்னி பன்னாட்டு வானூர்தி நிலையத்தில் இருந்து கீவ் போரிசுப்பில் பன்னாட்டு வானூர்தி நிலையத்தை நோக்கிச் சென்ற பயணிகள் வானூர்திப் பறப்பு ஆகும். 2020 ஜனவரி 8 இல், இப்பறப்பில் ஈடுபட்ட போயிங் 737-800 வானூர்தி புறப்பட்ட சில நிமிட நேரத்தில் ஈரானின் இஸ்லாமிய புரட்சிப் பாதுகாப்புப் பிரிவின் ஏவுகணை மூலம் தவறுதலாகச் சுட்டு வீழ்த்தப்பட்டது.

ஈரானின் அரசுத்தலைவர் அசன் ரவ்கானி இவ்விபத்தை ஒரு 'மன்னிக்க முடியாத தவறு' எனக் கூறினார். இவ்வானூர்தியில் பயணம் செய்த 167 பயணிகள் உட்பட அனைத்து 176 பேரும் உயிரிழந்தனர். உயிரிழந்தவர்களில் 63 பேர் கனடாவைச் சேர்ந்தவர்கள் ஆவர். இது ஒரு தசாப்தத்திற்கும் மேலாக ஈரானில் ஏற்பட்ட மிக மோசமான விமானப் பேரழிவாகும். இந்த விபத்து போயிங் 737-800 விமானம் சம்பந்தப்பட்ட மிக மோசமான நிகழ்வாகும். அத்துடன், 1992 இல் ஆரம்பிக்கப்பட்ட உக்ரைன் பன்னாட்டு

ஏர்லைன்ஸ் நிறுவனத்தின் முதலாவது வானூர்தி விபத்து இதுவாகும். ஈரானிய இராணுவத் தளபதி ஜெனரல் காசிம் சுலைமானி அமெரிக்காவால் கொல்லப்பட்டதற்கு பதிலடியாக, ஈராக்கில் உள்ள அமெரிக்க இராணுவத் தளங்கள் மீது ஈரான் ஏவுகணைத் தாக்குதல் நடத்திய சில மணி நேரங்களில், தெகுரானில் இருந்து கிளம்பிய இந்த வானூர்தி விழுந்து நொறுங்கியது.

ஆரம்பத்தில், வானூர்தி சுட்டு வீழ்த்தப்பட்டதை நிராகரித் திருந்த ஈரானிய அதிகாரிகள், தொழினுட்பக் கோளாறே விபத் திற்குக் காரனம் என அறிவித்திருந்தனர். ஈரானின் 'டோர்' (நேட்டோ அறிக்கையிடல் பெயர்: எஸ்.ஏ-15 காண்ட்லெட்) என்ற நில வான் ஏவுகணை மூலம் விமானம் சுட்டு வீழ்த்தப்பட்டதாக உளவுக் கண்காணிப்பு செயற்கைக்கோள் படங்கள் காட்டுவதாக அமெரிக்க அதிகாரிகள் தெரிவித்தனர். ஆனால் இதற்கான எந்த ஆதாரத்தையும் அவர்கள் அப்போது வெளியிடவில்லை.

தமது வானூர்தி 'சுட்டு வீழ்த்தப்பட்டிருக்கலாம்' என உக்ரேனிய அதிகாரிகள் கூறினர். அதே நேரத்தில் ஈரானிய அதிகாரிகள் இதனை மறுத்தனர். ஐக்கிய ராஜ்ஜியத்தின் பாதுகாப்பு அதிகாரிகள் சுட்டு வீழ்த்தப்பட்டமை குறித்த அமெரிக்க மதிப்பீட்டை ஏற்றுக் கொண்டனர். கனடியப் பிரதமர் ஜஸ்டின் துரூடோ வானூர்தி சுட்டு வீழ்த்தப்பட்டதற்கான சான்றுகள் இருப்பதாகக் கூறினார். வானூர்தி உயரத்தை எட்டிக்கொண்டிருக்கும்போது ஈரானிய ஏவுகணை ஒன்று தாக்கியதைக் காட்டும் செல்லிடத் தொலைபேசிக் காட்சிகள் உறுதி செய்யப்பட்ட காட்சிகள் எனத் தெரிவிக்கப் பட்டது.

உக்ரைனின் மிகப்பெரிய வானூர்தி நிறுவனமான உக்ரைன் பன்னாட்டு ஏர்லைன்ஸ் இவ்வானூர்தியை இயக்கியது. இவ் வானூர்தியில் 9 பணியாளர்கள் உட்பட 176 பேர் பயணம் செய்த தாக உறுதி செய்யப்பட்டது. பயணிகளில் 15 பேர் சிறுவர்கள் ஆவார்.

பறப்பு வானூர்தி 752 உள்ளூர் நேரம் காலை 05:15 (ஒசநே+03:30) மணிக்குப் புறப்படுவதாக இருந்தது. ஆனால் தாமதமாக உள்ளூர் நேரம் 06:12 பணிக்குப் புறப்பட்டது. அன்று காலை உள்ளூர் நேரம்

08:00 (ஒசநே+02:00) மணிக்கு கீவ் நகரை அடைந்திருக்க வேண்டும். வானூர்தியில் இருந்து கடைசித் தகவல் காலை 06:14 மணிக்கு (புறப்பட்டு 3 நிமிடங்களுக்குள்ளாக) கிடைத்தது. கடைசியாக கடல் மட்டத்தில் இருந்து 7,925 அடி (2,416 மீ) உயரத்தில் 509 கி.மீ/ம வேகத்தில் பறந்து கொண்டிருந்தது.

தெகுரான் வானூர்தி நிலையம் சராசரி கடல் மட்டத்திலிருந்து 3,305 அடி (1,007 மீ) உயரத்தில் உள்ளது, இது தரை மட்டத்திலிருந்து 4,620 அடி (1,410 மீ) உயரம் ஆகும். வானூர்தியின் உயரப் பதிவு திடீரென முடிவடைந்தபோது வானூர்தி மேலே ஏறிக் கொண்டிருந்தது.

வானூர்தி நிலையத்திற்கு வடக்கே 15 கிலோமீட்டர் தூரத்தில் அமைந்துள்ள நிலப்பரப்பில் வானூர்தி மோதியது பற்றிய ஒரு காணொளி சமூக ஊடகங்களில் பரப்பப்பட்டது. விமானம் கீழ் நோக்கி வந்தபோது அது தீப்பற்றி எரிந்தது காணொளியில் பதிவாகியுள்ளது. அதன் சில பாகங்கள் வானில் உடைந்து வீழ்ந்தன. பின்னர் அது கீழே வீழ்ந்து நொறுங்கி வெடித்தது.

இக்காணொளியின் நம்பகத்தன்மை உறுதி செய்யப்படவில்லை, ஆனாலும் வானூர்தி நொருங்குவதற்கு முன்னரே அது தீப்பிடித் திருந்ததாகத் தெரிவிக்கப்படுகிறது. இதனால், இவ்வானூர்தி தவறு தலாகச் சுட்டு வீழ்த்தப்பட்டிருக்கலாம் என நம்பப்படுகிறது. இது சுட்டு வீழ்த்தப்பட்டதை ஈரானிய இராணுவம் மறுத்திருக்கிறது. ஆரம்பக் கட்ட விசாரணைகளின் படி, தொழில்நுட்பக் கோளாறே விபத்துக்குக் காரணம் என ஈரானின் பேரழிவு தணிப்பு மற்றும் மேலாண்மை அமைப்பு கூறியுள்ளது.

இடிபாடுகள் பரந்த பகுதியில் பரவியிருந்த நிலையில், விபத்துக் குள்ளான இடத்தில் உயிர் தப்பியவர்கள் எவரும் காணப்பட வில்லை.

வானூர்தியில் மொத்தம் 167 பயணிகளும், 9 பணியாளர்களும் இருந்ததாக ஈரான் வான் பரப்பு அமைப்பின் செய்தித் தொடர் பாளர் உறுதிப்படுத்தினார்.

பெரும்பாலான பயணிகள் உக்ரைன் ஊடாக கனடா திரும்பிக் கொண்டிருந்தவர்கள் ஆவர். 138 பேர் கனடா நோக்கி சென்றதாக கனடியப் பிரதமர் ஜஸ்டின் துரூடோ தெரிவித்தார்.

பெரும்பாலான கனடிய ஈரானியர்கள் தமது விடுமுறைகளைக் கழித்து விட்டு கனடா திரும்பிக் கொண்டிருந்த கனடியப் பல்கலைக் கழக மாணவர்களும், ஆய்வாளர்களும் அவர்களது குடும்பங்களும் ஆவர்.

24. மலேசிய ஏர்லைன்ஸ் விமான விபத்து

மலேசியா ஏர்லைன்சு விமானம் 17 (Malaysia Airlines Flight 17, எம்எச்17 (MH17/MAS17) என்பது ஆம்ஸ்டர்டாமில் இருந்து கோலாலம்பூர் நோக்கி சென்று கொண்டிருக்கையில், 2014 சூலை 17 இல், விபத்துக்குள்ளாகி வீழ்ந்து நொறுங்கிய மலேசிய நாட்டு வானூர்தி ஆகும்.

போயிங் 777 ரக விமானம் உக்ரைனின் தோனெத்ஸ்க் வட்டாரத்தில் கிராபோவ் நகருக்கு அண்மையில் உருசிய எல்லையில் இருந்து கிட்டத்தட்ட 40 கி.மீ தொலைவில் வீழ்ந்தது. விமானத்தில் பயணம் செய்த அனைத்து 283 பயணிகளும், 15 பணியாளர்களும் உயிரிழந்தனர்.

உக்ரைனில் உருசிய-சார்புக் கிளர்ச்சியாளர்களுக்கும், அரசுப் படையினருக்கும் இடையில் இடம் பெற்று வரும் போர்ப் பகுதியிலேயே விமானம் வீழ்ந்துள்ளது. அமெரிக்கப் புலனாய்வுத்துறை அறிக்கைகளின்படி, இவ்விமானம் ஏவுகணைத் தாக்குதலுக்கு உள்ளாகிய தாகக் கூறப்படுகிறது. ஆனாலும், யார் இதனைச் சுட்டு வீழ்த்தினார்கள் என்பது உறுதிப்படுத்தப்படவில்லை. உக்ரைனியப்

பிரச்சனையில் உருசியா சம்பந்தப்பட்டிருப்பதால் அதன் மீது அமெரிக்கா பல பொருளாதாரத் தடைகளை அறிவித்த அடுத்த நாள் விமானம் சுட்டு வீழ்த்தப்பட்டுள்ளது.

விமானம் 10,000 மீட்டர் உயரத்தில் வைத்து பூக் நில வான் ஏவுகணை மூலம் சுட்டு வீழ்த்தப்பட்டிருப்பதாக உக்ரைனின் உட்துறை அமைச்சு அறிவித்தது. உக்ரைனிய அரசுத்தலைவர் பெத்ரோ பொரொசென்கோ இதனை ஒரு 'பயங்கரவாதத் தாக்குதல்' எனக் கூறியுள்ளார்.

உக்ரைனியப் படையினரே விமானத்தை சுட்டு வீழ்த்தினர் என கிளர்ச்சியாளர்கள் குற்றம் சுமத்தினர். தாம் ஒரு பயணிகள் விமானத்தை சுட்டு வீழ்த்தியதாக கிளர்ச்சியாளர்கள் இருவர் தமக்குள் தொலைபேசியில் உரையாடியதைத் தமது புலனாய்வுப் பிரிவு ஒட்டுக் கேட்டதாக உக்ரைனிய அரசு அறிவித்தது.

11 செப்டம்பர் 2001 தாக்குதலுக்குப் பிறகு நடந்த மிகவும் மோசமான வானூர்தித் தொடர்பான தாக்குதலாக இந்நிகழ்வு கருதப்படுகிறது.

25. காற்றைக் களங்கப்படுத்தும் பிளாஸ்டிக் எரிப்பு

உலகளாவிய பிளாஸ்டிக் கழிவு நெருக்கடிக்கான தீர்வுக்கான எங்கள் அவநம்பிக்கையான தேடலில், ஒரு ஆபத்தான யோசனை இழுவைப் பெற்றுள்ளது. பிளாஸ்டிக்கை அகற்றும் முறையாக எரிப்பது. இந்த எளிய தீர்வு, நமது உடனடி ஆரோக்கியத்தை மட்டுமல்ல, நமது கிரகத்தின் எதிர்காலத்தையும் அச்சுறுத்தும் பல கடுமையான விளைவுகளை மறைக்கிறது. சுற்றுச்சூழல் கட்டணம் மற்றும் வசதியின் குறுக்கு வழியில் நாம் நிற்கும்போது, பிளாஸ்டிக்கை எரிப்பது ஏன் தவறான அறிவுரை அல்ல என்பதைப் புரிந்து கொள்வது மிகவும் முக்கியமானது - இது வெளிவரக் காத்திருக்கும் ஒரு சாத்தியமான பேரழிவு.

பிளாஸ்டிக் எரியும்போது, அது தீங்கு விளைவிக்கும் இரசாயனங்கள் கொண்ட ஒரு காக்டெய்லை காற்றில் வெளியிடுகிறது. டையாக்ஸின்கள், ஃபுரான்கள், பாதரசம் மற்றும் பாலிகுளோரினேட்டட் பைஃபெனல்கள் (பிசிபி) ஆகியவை இதில் அடங்கும். டையாக்ஸின்கள், குறிப்பாக, அறியப்பட்ட புற்றுநோய்கள் மற்றும் இனப்பெருக்க மற்றும் வளர்ச்சி சிக்கல்களை ஏற்படுத்தும்,

நோயெதிர்ப்பு மண்டலத்தை சேதப்படுத்தும் மற்றும் ஹார்மோன்களில் தலையிடலாம்.

பிளாஸ்டிக்கை எரிப்பதில் இருந்து வெளிவரும் நச்சுப் புகை காற்று மாசுபாட்டிற்கு கணிசமாக பங்களிக்கிறது. இது எரியும் இடத்தைச் சுற்றியுள்ள உடனடிப் பகுதியைப் பாதிப்பது மட்டுமல்லாமல், நீண்ட தூரம் பயணிக்கவும் முடியும், இது மூலத்திலிருந்து வெகு தொலைவில் உள்ள சமூகங்களை பாதிக்கிறது.

இந்த மாசுபாட்டின் வெளிப்பாடு கடுமையான உடல்நலப் பிரச்சனைகளுக்கு வழிவகுக்கும். பிளாஸ்டிக் எரியும் இடங்களுக்கு அருகில் வசிப்பவர்கள் அடிக்கடி சுவாசக் கோளாறுகள், தலைவலி, குமட்டல் போன்றவற்றைப் புகாரளிக்கின்றனர். நீண்ட கால வெளிப்பாடு புற்றுநோய், நரம்பியல் பாதிப்பு மற்றும் பிற நாட்பட்ட நோய்களுடன் இணைக்கப்பட்டுள்ளது.

பிளாஸ்டிக்கை எரிப்பதால் வெளியாகும் மாசுகள் காற்றில் மட்டும் தங்குவதில்லை. அவை இறுதியில் நிலத்திலும், நீர்நிலைகளிலும் குடியேறி, மண் மற்றும் நீர்வாழ் சுற்றுச்சூழல் அமைப்புகளை மாசுபடுத்துகின்றன. இது நீண்டகால சுற்றுச்சூழல் பாதிப்புக்கு வழி வகுக்கும், தாவர வாழ்க்கை, விலங்குகள் மற்றும் முழு உணவுச் சங்கிலிகளையும் பாதிக்கிறது.

பிளாஸ்டிக்கை எரிப்பதால் கார்பன் டை ஆக்சைடு மற்றும் பிற கிரீன் ஹவுஸ் வாயுக்கள் வெளியாகி, புவி வெப்பமடைதல் மற்றும் கால நிலை மாற்றத்திற்கு பங்களிக்கின்றன. நமது கார்பன் தடத்தைக் குறைக்க வேண்டிய அவசரத் தேவையைக் கருத்தில் கொண்டு, பிளாஸ்டிக்கை எரிப்பது தவறான திசையில் ஒரு படியாகும்.

எண்ணெய் மற்றும் இயற்கை எரிவாயு போன்ற புதுப்பிக்க முடியாத வளங்களிலிருந்து பிளாஸ்டிக் தயாரிக்கப்படுகிறது. அதை எரிப்பது இந்த வளங்களை மறுசுழற்சி செய்ய அல்லது மீண்டும் பயன்படுத்த அனுமதிப்பதற்குப் பதிலாக வீணாக்குகிறது. இது புதிய பிளாஸ்டிக்கை உற்பத்தி செய்ய அதிக மூலப்பொருட்களை பிரித்தெடுக்கும் சுழற்சியை நிலைநிறுத்துகிறது.

பிளாஸ்டிக் எரிப்பு செயல்முறை கழிவுகளை முழுவதுமாக அகற்றாது. சிறப்பு கையாளுதல் மற்றும் அகற்றுதல் தேவைப்படும் நச்சு சாம்பலை இது விட்டுச்செல்கிறது. இந்த சாம்பல் பெரும்பாலும் நிலப்பரப்புகளில் முடிவடைகிறது, அங்கு அது தீங்கு விளைவிக்கும் இரசாயனங்களை மண் மற்றும் நிலத்தடி நீரில் கசியும்.

எரிப்பதை நம்புவது பிளாஸ்டிக் நுகர்வு குறைக்க மற்றும் மறுசுழற்சி முறைகளை மேம்படுத்துவதற்கான முயற்சிகளை ஊக்கப்படுத்த லாம். இது ஒரு வெளித்தோற்றத்தில் எளிதான வழியை வழங்கு கிறது, பிரச்சனையின் மூலத்தை தீர்க்காமல் ஒருமுறை பயன்படுத்தும் பிளாஸ்டிக்கை தொடர்ந்து உற்பத்தி செய்து பயன்படுத்த அனுமதிக் கிறது.

பிளாஸ்டிக் கழிவுகளை எரிப்பதால் ஏற்படும் உடல்நலம் மற்றும் சுற்றுச்சூழல் பாதிப்புகளுக்கு மும்பையில் உள்ள தியோனார் குப்பை கிடங்கு ஒரு சிறந்த உதாரணம். இந்த 132 ஹெக்டேர் பரப்பளவில், ஆசியாவின் மிகப்பெரிய குப்பைக் கிடங்குகளில் ஒன்று, அதிக அளவிலான பிளாஸ்டிக் உட்பட, சிதைவடையும்

கழிவுகளில் இருந்து மீத்தேன் தன்னிச்சையாக எரிப்பதால் அடிக்கடி தீயை அனுபவிக்கிறது.

அருகிலுள்ள குடியிருப்பாளர்களுக்கு விளைவுகள் கடுமையானவை :

சுவாச பிரச்சனைகள் : 2016 ஆம் ஆண்டு ஆய்வின்படி, டியோனார் டம்ப்பிலிருந்து 3 கி.மீ தொலைவில் வசிக்கும் 68% குடியிருப்பாளர்கள் சுவாசப் பிரச்சனைகளைப் புகாரளித்துள்ளனர், மேலும் தொலைவில் உள்ள பகுதிகளில் 22% பேர் உள்ளனர்.

காற்றின் தரம் : 2016 இல் ஒரு பெரிய தீவிபத்தின் போது, அருகிலுள்ள பகுதிகளில் காற்றின் தரக் குறியீடு (AQI) அளவுகள் 341 ஐ எட்டியது, இது 'அபாயகரமானது' மற்றும் ஏற்றுக்கொள்ளக்கூடிய வரம்பை விட மூன்று மடங்கு அதிகமாகும்.

குழந்தைகள் நலம் : அருகாமையில் உள்ள பள்ளிகளில் உடல்நலக் குறைபாடுகள் காரணமாக பள்ளிகளுக்கு வராதது அதிகரித்துள்ளது, குழந்தைகள் தொடர்ந்து இருமல், கண் எரிச்சல் மற்றும் தோல் வெடிப்புகளால் பாதிக்கப்படுகின்றனர்.

நீண்ட கால உடல்நலக் கவலைகள் : இப்பகுதியில் உள்ள மருத்துவ வல்லுநர்கள் நீண்ட கால குடியிருப்பாளர்களிடையே நுரையீரல் புற்றுநோய், இதய நோய் மற்றும் பிற நாட்பட்ட நிலைமைகளின் அதிக நிகழ்வுகளைப் புகாரளிக்கின்றனர்.

தியோனார் உதாரணம், முறையற்ற கழிவு மேலாண்மை மற்றும் பிளாஸ்டிக் எரிப்பு ஆகியவற்றின் நிஜ உலக விளைவுகளை விளக்கு கிறது. இது நிலையான கழிவு மேலாண்மை நடைமுறைகளின் அவசரத் தேவையை அடிக்கோடிட்டுக் காட்டுகிறது மற்றும் பாதிக்கப்படக்கூடிய சமூகங்கள் மீதான சமமற்ற தாக்கத்தை எடுத்துக்காட்டுகிறது.

பிளாஸ்டிக்கை எரிக்கும் பழக்கம் நமது கழிவுப் பிரச்சனைக்கு ஒரு தீர்வாகாது - இது ஒரு ஆபத்தான மாற்றுப்பாதையாகும். இது நாம் தீர்க்க முயற்சிக்கும் பிரச்சனைகளை மோசமாக்கும் அச்சுறுத்த லாகும். விரைவான திருத்தங்களைத் தேடுவதற்குப் பதிலாக, முறை யான மாற்றங்களில் நாம் கவனம் செலுத்த வேண்டும்:

1. பிளாஸ்டிக் நுகர்வு, குறிப்பாக ஒருமுறை பயன்படுத்தும்

பிளாஸ்டிக்குகளை குறைத்தல், 2. மறுசுழற்சி தொழில்நுட்பங்கள் மற்றும் உள்கட்டமைப்பில் முதலீடு செய்தல் மற்றும் மேம்படுத்துதல், 3. உண்மையிலேயே மக்கும் மாற்றுகளை உருவாக்குதல் மற்றும் ஏற்றுக்கொள்வது, 4. நிலையான தயாரிப்பு வடிவமைப்பை ஊக்குவிப்பதற்காக நீட்டிக்கப்பட்ட உற்பத்தியாளர் பொறுப்பை செயல்படுத்துதல்.

முன்னோக்கி செல்லும் பாதை சவாலானது என்றாலும் தெளிவானது. பிளாஸ்டிக்குடனான நமது உறவை மறுபரிசீலனை செய்வதற்கும் நிலையான நடைமுறைகளில் ஈடுபடுவதற்கும் தனிநபர்கள், வணிகங்கள் மற்றும் அரசாங்கங்களின் கூட்டு முயற்சி தேவைப்படுகிறது. பிளாஸ்டிக் எரிப்பு போன்ற ஆபத்தான குறுக்கு வழிகளை நிராகரித்து, விரிவான, நீண்ட கால தீர்வுகளைத் தழுவுவதன் மூலம், பிளாஸ்டிக் கழிவு நெருக்கடியை நமது ஆரோக்கியம் அல்லது கிரகத்தின் எதிர்காலத்தை சமரசம் செய்யாமல் தீர்க்க முடியும் என்று நம்புகிறோம்.

26. உலகம் முழுவதும் மாறிவரும் வெப்பநிலை

புவி சூடாதல் (Global Warming) என்பது புவியின் மேற்புறப் பகுதியின் சராசரி வெப்பநிலையில் ஏற்பட்டிருக்கும் சீரான வெப்ப நிலை உயர்வை குறிக்கிறது. 20 ஆம் நூற்றாண்டின் இரண்டாம் பாதியில் புவியின் வளிமண்டலத்தின் சராசரி வெப்பநிலை கூடி யிருப்பதும் தொடர்ந்து கூடிவருவதுமான நிகழ்வு புவி வெப்ப மயமாதல் எனப்படுகிறது. சென்ற நூற்றாண்டில் புவியின் மேற்பரப்பு வெப்பநிலை $0.74 \pm 0.18°C$ ($1.33 \pm 0.32°F$) கூடியிருக்கிறது.

இருபதாம் நூற்றாண்டின் நடுவிலிருந்து தற்போது வரையான வெப்பநிலை கூடுவதற்கு புதைபடிவ எரிமங்களின் எரிப்பு, காடழிப்பு, போன்ற மனித செயற்பாடுகளே காரணமென தட்ப வெப்பநிலை மாற்றத்திற்கான அரசிடைக்குழு (IPCC) முடிவு செய் துள்ளது. இந்த அடிப்படையான முடிவுகள், ஜி8 நாடுகளில் அறிவியல் கழகங்கள் உட்பட 70-க்கும் கூடுதலான அறிவியல் சமூகங்களாலும், அறிவியல் கழகங்களாலும் ஏற்றுக் கொள்ளப் பட்டிருக்கின்றன.

தட்பவெப்பநிலை மாற்றத்திற்கான அரசிடைக்குழுவின் அறிக்கையில் தொகுக்கப்பட்டுள்ள தட்பவெப்பநிலை மாதிரிகளின் எதிர்கால மதிப்பீடுகள் இருபத்தொன்றாம் நூற்றாண்டில் புவியின் மேற்பரப்பு வெப்பநிலை மேலும் 1.1 தொடக்கம் 6.4 °C வரை (2.0–11.5°F) கூடலாம் என்பதைச் சுட்டிக் காட்டுகின்றன. ஒவ்வொரு தட்பவெப்பநிலை மாதிரியும் வெவ்வேறான அளவு வெப்பம் சிக்குறுத்தும் வளிமங்களின் வெப்பநிலை கூட்டும் திறனையும் எதிர்கால உற்பத்தி அளவுகளையும் பயன்படுத்துவதால் தட்ப வெப்பநிலை மாதிரிகளின் மதிப்பீடுகள் மாறுபடுகின்றன.

புவி வெப்பமயமாதல் புவியின் எல்லா இடங்களிலும் ஒரே அளவில் இருக்காது என்பது உட்பட பல நிச்சயமற்ற தன்மைகளும் இந்த தட்பவெப்பநிலை மாதிரிகளின் மதிப்பீடுகளில் காணப்படுகிறன. கூடுதலான ஆய்வுகள் 2100 ஆம் ஆண்டு வரை கருதியே செய்யப் பட்டுள்ளன. எனினும், வெப்பம் சிக்குறுத்தும் வளிமங்களின் உமிழ்வு முற்றாக நிறுத்தப்பட்டாலும் பெருங்கடல்களின் பாரிய வெப்பக் கொள்ளளவு, வளிமண்டலத்தில் கரியமில வளிமத்தின் நீண்ட ஆயுட்காலம் என்பவற்றைக் கருதும் போது 2100 ஆம் ஆண்டுக்கு அப்பாலும் புவி வெப்பமயமாதல் தொடரும் என எதிர்பார்க்கப்படுகிறது.

கூடிவரும் புவி வெப்பநிலை கடல் மட்டத்தை உயரச் செய்து வீழ்படிவு கோலத்தை மாற்றிவிடும். மேலதிகமாக இதில் மிதவெப்ப மண்டல பாலைவனப் பகுதிகள் விரிவடைவதும் அடங்கலாம். பனியாறுகள், நிலை உறை மண், கடல் பனி என்பவை துருவங்களை நோக்கி தொடந்து பின்வாங்கும் என எதிர்வு கூறப்படுகிறது. வெப்பமயமாதல் விளைவு ஆர்க்டிக் பகுதியில் கூடுதலாக காணப் படும். சீரற்ற தட்பவெப்பநிலை நிகழ்வுகளின் கடுமை கூடுதல், உயிரின அழிவு வேகம் கூடுதல், வேளாண்மை விளைச்சலின் மாற்றங்கள் என்பவை எதிர்பார்க்கப்படும் சில விளைவுகளாகும்.

புவி வெப்பமயமாதலினைக் குறித்தும் அதைத் தடுப்பதற்கான நடைமுறைகள் குறித்தும் கருத்துப் பரிமாற்றங்கள் தொடர்ந்து கொண்டிருக்கின்றன. புவி சூடாதல் விளைவுகளை தடுப்பதற்கு

இப்போதைக்குள்ள முறைகளாக வெப்பம் சிக்குறுத்தும் வளிமங்களின் உமிழ்வைக் குறைத்தல், சூடாதல் காரணமாக ஏற்படும் விளைவுகளிற்கு ஏற்றவாறு மாறிக்கொள்ளல் என்பன முக்கியமானவையாகும். வெப்பம் சிக்குறுத்தும் வளிமங்களின் உமிழ்வைக் குறைக்கும் நோக்குடைய கியோத்தோ நெறிமுறையில் பல நாடுகள் கைச்சாத்திட்டு நடைமுறைக்கு கொண்டு வந்துள்ளன.

வெப்பநிலை மாற்றங்கள்

புவி வெப்பமயமாதலின் போது புவிக்கு அண்மித்த வெப்பநிலையின் உலகளாவிய சராசரியின் மாற்றம் பொதுவாகப் பயன்படுத்தப்படுகிறது. 1906-2005 வரையான காலப்பகுதியில் வெப்பநிலை $0.74\ °C \pm 0.18\ °C$ அளவில் கூடியுள்ளது. 1906-2005 வரையான காலப்பகுதியில் வெப்பநிலை கூடும் வீதத்தோடு ஒப்பிடுகையில் அதன் கடைசி 50 ஆண்டுகளில் வெப்பநிலை கூடும் வீதம் இரட்டிப்பாகியுள்ளது. (பத்து ஆண்டுகளுக்கு $0.13\ °C \pm 0.03\ °C$ என்பதுடன் பத்து ஆண்டுகளுக்கு $0.07°C \pm 0.02°C$ என்பதை ஒப்பிடுக).

நகர்ப்புற வெப்பத் தீவு விளைவு புவி வெப்பமயமாதலுக்கு 1900 ஆண்டு முதல் பத்து ஆண்டுகளுக்கு $0.002\ °C$ என்ற வீதத்ததால் புவி வெப்பநிலையைக் கூட்டியுள்ளது. செய்மதி அளவீடுகளின்படி 1979ஆம் ஆண்டு முதல் அடிவளிமண்டலத்தின் கீழ் பகுதியில் வெப்பநிலை பத்து ஆண்டுகளுக்கு 0.12 தொடக்கம் $0.22°C$ வரை கூடியுள்ளது ($0.22 - 0.4\ °F$). 1850 ஆம் ஆண்டுக்கு முந்தைய ஒன்று அல்லது இரண்டு ஆயிரம் ஆண்டுகளின் காலத்தில், இடைமத்திய கால வெப்பமான காலகட்டம் அல்லது சிறு பனி யுகம் ஆகிய உள்ளூர் ஏற்றத்தாழ்வுகள் தவிர்ந்தவிடத்து ஒப்பீட்டளவில் சராசரி வெப்பநிலை கூடுதல் மாற்றம் இருந்திருந்திருக்கலாம் என்று நம்பப்படுகிறது.

நாசாவின் கோடார்டு விண்வெளி ஆய்வுகளுக்கான நிறுவனத்தின் மதிப்பீட்டின் படி, 1800 ஆண்டுகளின் பிற்பகுதியில் வெப்பநிலை தொடர்பான நம்பகமான பரவலான கருவியியல் அளவீடுகள் கிடைக்கப் பெற்றதில் இருந்து 2005 ஆம் ஆண்டே வெப்பநிலை கூடிய ஆண்டாகும். இவ்வெப்பநிலைத் தரப்படுத்தலில் இரண்டாவது

இடத்தைப்பிடித்த 1998 ஆம் ஆண்டினதை விட சில கீழ்நூறு பாகைகள் கூடுதலாகும்.

உலக வானிலையியல் அமைப்பும் தட்பவெப்பநிலை ஆராய்ச்சிப் பிரிவும் மேற்கொண்ட மதிப்பீடுகளின்படி 1998 ஆம் ஆண்டு முதலிடத்தையும், 2005 ஆம் ஆண்டு இரண்டாம் இடத்தையும் பிடித்திருக்கின்றன. 20ஆம் நூற்றாண்டின் மிகவும் வலிமையான எல் நீனோ 1998 ஆம் ஆண்டில் நடைபெற்றமையால் அவ்வாண்டின் வெப்பநிலைகள் சராசரி அளவைவிட கூடுதலாகக் காணப்பட்டன.

வெப்பநிலை மாற்றம் உலகம் முழுவதும் ஒரே அளவில் நடைபெறவில்லை. 1979 ஆம் ஆண்டு முதல் நிலத்தின் வெப்பநிலை கடல் வெப்பநிலையைவிட இரண்டு மடங்கு வேகமாக கூடியுள்ளது. (பத்து ஆண்டுகளுக்கு 0.25 °C என்பதுடன் பத்து ஆண்டுகளுக்கு 0.13°C என்பதை ஒப்பிடுக). நிலத்தைவிட கடல் கூடுதல் வெப்பக் கொள்ளளவைக் கொண்டுள்ளமையும் கடல் ஆவியாதல் மூலம் நிலப்பரப்பை விடவும் வெகு துரிதமாக வெப்பத்தை இழக்கக் கூடியமையும் என்ற இரண்டு காரணியங்களால் கடல் வெப்பநிலைகள் நிலப்பரப்பினதை விடவும் மெதுவாகவே கூடுகின்றன.

வடக்கு அரைக்கோளம் தெற்கு அரைக்கோளத்தை விட கூடுதல் நிலப்பரப்பை கொண்டிருப்பதாலும் பனி-வெண் எதிர்சிதறல் பின்னூட்டச் சக்கரத்துக்குள்ளாகும் கூடுதலான பருவ-தூவிப்பனியுள்ள நிலப் பகுதிகளும் கடல் பனியும் காணப்படுவதாலும் வடவரைக்கோளம் துரிதமாக வெப்பமடைகிறது. வெப்பம் சிக்குறுத்தும் வளிமங்கள் கூடுதலாக வடவரைக்கோளத்தில் கூடுதலாக உமிழப்பட்டாலும் அவ்வளிமங்கள் இரண்டு அரைக்கோளங்களின் வளிமங்கள் கலக்க எடுக்கும் நேரத்தை விட கூடிய நேரம் வளிமண்டலத்தில் இருப்பதால் வெப்பமடைதலில் எந்த வித்தியாசத்திற்கும் காரணமாவதில்லை.

பெருங்கடல்களின் கூடுதலான வெப்பக் கொள்ளளவுக் காரணமாகவும், ஏனைய நேரியல் விளைவுகளின் மெதுவான தாக்கம் காரணமாகவும் தட்பவெப்பநிலை சீராக பல நூற்றாண்டுகள்

ஆகலாம். ஆய்வுகளின்படி வெப்பம் சிக்குறுத்தும் வளிமங்களிலும் உமிழ்வு 2000 ஆம் ஆண்டு அள்வுகளில் கட்டுப்படுத்தப்பட்டாலும் வெப்பநிலை 0.5 °C (0.9 °F) அளவினால் மேலும் கூடலாம் என கணக்கிடப்பட்டுள்ளது.

தட்பவெப்பநிலையுடன் தொடர்பில்லாத காரணியங்களும் தட்பவெப்பநிலை மாற்றங்களுக்குக் காரணமாகிறது. வெப்பம் சிக்குறுத்தும் வளிமங்களின் அளவு, சூரிய ஒளிர்வில் உள்ள மாற்றங்கள், எரிமலை வெடிப்புகள், புவி சூரியனைச் சுற்றும் பாதையில் ஏற்படும் மாற்றங்கள் என்பன தட்பவெப்பநிலையில் செல்வாக்குச் செலுத்தும் வெளிக்காரணியங்களாகும். பொதுவாக இதில் முதல் மூன்று காரணியங்களே வெப்பநிலை மாற்றத்துக்கு ஏது வாகிறது. நிலவுலகு சூரியனைச் சுற்றும் பாதை மிக மெதுவாகவே மாற்றமடைவதால் கடந்த நூற்றாண்டின் வேகமான வெப்பநிலை மாற்றங்களுக்கு இது காரணியமாகாது.

வளிமண்டலத்திலுள்ள வளிமங்கள் அகச்சிவப்பு கதிர்களை உறிஞ்சி மீண்டும் உமிழ்வதன் மூலம் கோள் ஒன்றின் கீழ் வளிமண்டலமும் அதன் மேற்பரப்பும் வெப்பமடைதல் வெப்பம் சிக்குறுத்தும் விளைவு எனப்படுகிறது. வெப்பம் சிக்குறுத்தும் விளைவை ஜோசப் ஃபோரியர் 1824 ஆம் ஆண்டு கண்டறிந்தார், 1896 ஆம் ஆண்டில் சிவாந்தே அரினியஸ் வெப்பம் சிக்குறும் விளைவின் அளவைக் கண்டறிந்தார். புவி சூடாதலுக்கு மாந்த நடவடிக்கைகள் ஒரு காரணியமல்லவென கருதும் அறிவியலாளர்கள் உட்பட எவராலும் வெப்பம் சிக்குறும் விளைவின் இருப்பு மறுப்புக்குள்ளாகவில்லை. மாறாக மனித நடவடிக்கைகளால் வளிமண்டலத்தில் உள்ள வெப்பம் சிக்குறுத்தும் வளிமங்களின் செறிவு மாறும் போது வெப்பம் சிக்குறுத்தும் விளைவு எவ்வாறு மாற்றமைடையும் என்பதே கேள்விக்குள்ளாகியுள்ளது.

இயற்கையாக வளிமண்டலத்திலுள்ள வெப்பம் சிக்குறுத்தும் வளிமங்கள் சுமார் 33°C (59 °F) வரை சராசரியான வெப்பமாக்கும் விளைவைக் கொண்டுள்ளன. நீராவி (இது வெப்பம் சிக்குறுத்தும் விளைவில் 36-70 சதவீதத்திற்கு காரணியாகிறது), கரியமில வளிமம் (CO2), இது வெப்பம் சிக்குறும் விளைவில் 9-26 சதவீதத்திற்கு

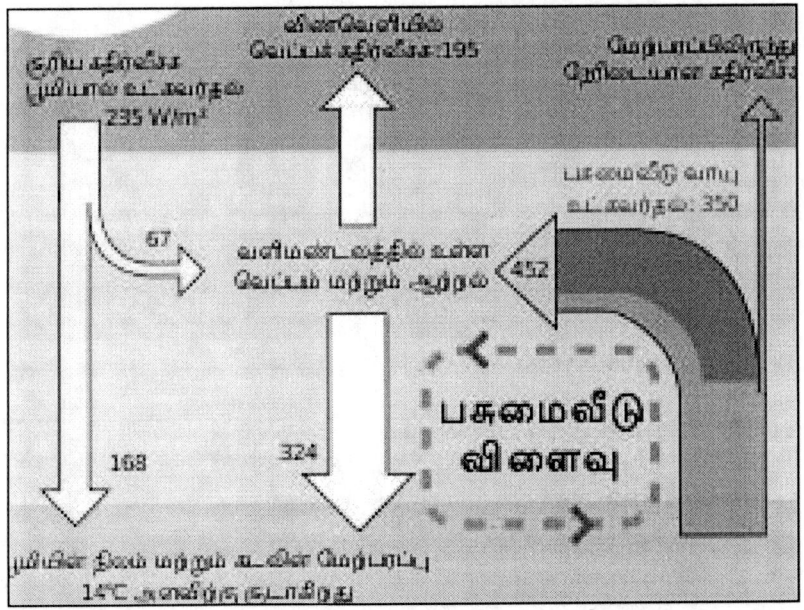

காரணியாகிறது), மீத்தேன் (CH4 இது வெப்பம் சிக்குறும் விளைவில் 4-9 சதவீதத்திற்கு காரணியாகிறது), ஓசோன் (இது வெப்பம் சிக்குறும் விளைவில் 3-7 சதவீதத்திற்கு காரணியாகிறது) என்பன முக்கிய வெப்பம் சிக்குறுத்தும் வளிமங்களாகும்.

கதிரியக்க சமநிலையில் முகில்களும் முக்கியப் பங்கு வகிக்கின்றன, ஆனால் இவை நீரை நீர்ம நிலையையோ அல்லது திண்ம நிலையையோ கொண்டிருப்பதால் இதன் வெப்பம் சிக்குறுத்தும் விளைவு நீராவியிலிருந்து வேறாக கணிக்கப்படுகிறது.

தொழிற்புரட்சி முதல் மனிதர்களின் நடவடிக்கைகள் வளி மண்டலத்தில் வெப்பம் சிக்குறுத்தும் வளிமங்களின் செறிவை கூட்டியது, இதன் மூலம் CO2, மீத்தேன், அடிவளிமண்டல ஓசோன், குளோரோபுளோரோகார்பன், நைட்ரஸ் ஆக்சைடு வளிமங்களில் இருந்தான கதிர்வீச்சு திணிப்பிற்கு இட்டுச் செல்கிறது. 1700களின் நடு ஆண்டுகள் தொடக்கம் வளிமண்டலத்தில் CO2, மீத்தேனின் செறிவு முறையே 36% மற்றும் 148% ஆல் கூடியிருக்கிறது.

பனிக் கருவங்களிலிருந்து நம்பகமான தரவுகள் பெறப்பட்டுள்ள கடந்த 650,000 ஆண்டுகளைவிட இந்த அளவுகள் குறிப்பிடத்தக்க அளவு கூடுதலானவையாகும். நேரில் புவியியல் தரவுகளின் படி வளிமண்டலத்தில் இந்த அளவு CO_2 20 மில்லியன் ஆண்டுகளுக்கு முன்னரே நிலவுலகில் காணப்பட்டது.

கடந்த 20 ஆண்டுகளில் பல்வேறு மனித நடவடிக்கைகளின் போது எரிக்கப்பட்ட புதைபடிவ எரிபொருள் மூலமே கூடியிருக்கும் CO_2 அளவில் சுமார் முக்கால் பங்கிற்கு உமிழப்பட்டுள்ளது. மிகுதி CO_2 அளவில் பெருமளவு காடழிப்பை முதன்மையாகக் கொண்ட நில-பயன்பாடு மாற்றத்தினால் உமிழப்பட்டுள்ளது.

புதைபடிவ எரிமங்களின் எரிப்பு நில-பயன்பாடு மாற்றம் காரணமாக CO_2 செறிவு கூடிச்செல்கிறது. எதிர்காலத்தில் CO_2 செறிவு கூடிச்செல்லும் வேகம் பொருளாதார, சமூக, தொழில்நுட்ப, இயற்கைத் துறைகளில் ஏற்படும் வளர்ச்சிகளில் தங்கியுள்ளது. தட்ப வெப்பநிலை மாற்றத்திற்கான அரசிடைக்குழுவின் (IPCC) வளிம

உமிழ்வு சூழல்கள் மீதான சிறப்பு அறிக்கையில் 2100 ஆம் ஆண்டில் CO2வின் செறிவுக்கு 541 ppm முதல் 970 ppm வரை ஒரு பரந்த வீச்சை கொடுத்துள்ளது.

நிலக்கரி, தார் மணல், மீத்தேன் சேர்மம் ஆகியவை அளவுக்கு மீறி பயன்படுத்தப்படுமானால் புதைபடிவ எரிமங்களே குறித்த அளவை எட்டுவதற்கு போதுமானவை என்பதோடு 2100 ஆம் ஆண்டு தாண்டியும் உமிழ்வுகள் தொடரக் கூடும்.

குளோரோபுளோரோகார்பன்களால் மேல் வளிமண்டல ஓசோன் படை அழிக்கப்படுதல் சிலவேளைகளில் புவிசூடாதலுக்குக்கு ஒரு காரணியாகக் கொள்ளப்படுகிறது. ஆனால் ஓசோன் படை அழிவிற்கும் புவிசூடாதலுக்கும் நெருங்கிய தொடர்பு கிடையாது. மேல் வளிமண்டல ஓசோன் அழிவு ஒரு குளிர்விக்கும் விளைவைக் கொண்டிருக்கிறது. ஆனால் 1970களின் பிற்பகுதி வரையில் ஓசோன் ஓட்டையின் பெரும்பகுதி ஏற்பட்டிருக்கவில்லை. கீழ் வளி மண்டலத்தில் ஓசோன் காணப்பட்டால் அது புவி சூடாதலுக்கு கரணியமாகிறது.

நிலவுலகின் மேற்பரப்பில் கிடைக்கப்பெறும் ஒளிக்கதிர்களின் அளவு குறைந்துச் செல்லுதல் நிகழ்வான புவி மங்குதல் 1960 ஆம் ஆண்டு முதல் தற்போது வரை புவி சூடாதலை பகுதியளவில் எதிரீடு செய்து வந்துள்ளது. மாசுக்களாலும், எரிமலைகளாலும் உற்பத்திச் செய்யப்படும் வளித்தொங்கல்கள் நிலவுலகு மங்கலுக்கும் முக்கியக் காரணியாகும். உள்வரும் சூரிய ஒளியின் தெறிப்பைக் கூட்டுவதன் மூலம் இவை ஒரு குளிர் விளைவை ஏற்படுத்துகின்றன.

புதைபடிவ எரிமங்களின் எரிப்பின்போது வெளியாகும் கரியமில வளிமத்தால் (CO2) உண்டாகும் சூடாக்கும் விளைவை அதே எரிப்பில் வெளியாகும் வளித்தொங்கல்கள் இல்லாது செய்து விடுகின்றன, எனவே அண்மைய ஆண்டுகளில் உள்ள வெப்பநிலை கூடுதலுக்கு கரியமில வளிமமல்லாத ஏனைய வெப்பச்சிக்குறுத்தும் வளிமங்களே காரணம் என சேம்சு என்சன்னும் (James Hansen) அவரது சகாக்களும் ஒரு கோட்பாட்டை முன்மொழிந்திருக் கின்றனர்.

பல பத்தாண்டுகளாக புவி வெப்பமயமாதலைக் கட்டுப்படுத்த வேண்டும் எனில் கரியமில வாயு உமிழ்வை கட்டுப்படுத்துவதே வழி என்று அதிலேயே கவனமாக இருந்தார்கள். காடுகள் அழிப்பு, அனல் மின்சார உற்பத்தி போன்ற மனித நடவடிக்கைகளாலேயே கரியமில வாயு உற்பத்தி நிகழ்ந்தது. தொழிற்புரட்சிக்குப் பிறகு ஏற்பட்ட புவி வெப்பநிலை உயர்வில் 70 சதவீதம் கரியமில வாயு வாலேயே நிகழ்ந்துள்ளது.

தற்போது புவி வெப்ப நிலை அதிகரித்து வருவதற்கு பெருமளவுக்கு மீத்தேன் வாயு காரணமாக இருக்கிறது என்பது சமீபத்தில் வெளி யான பருவநிலை மாற்றம் தொடர்பான பன்னாட்டுக் குழு (ஐபிசிசி) ஆய்வறிக்கையின் முக்கியக் கண்டுபிடிப்புகளில் ஒன்று. தற்போது நிகழும் புவி வெப்பநிலை உயர்வில் 30-50 சதவீதம் இந்த மீத்தேன் வாயுவால் நிகழ்கிறது என்கிறது அந்த ஆய்வறிக்கை. வேளாண்மை, எண்ணெய், எரிவாயு உற்பத்தியில் நடக்கும் கசிவு, குப்பை மேடுகள் போன்றவை மீத்தேன் வாயு உற்பத்திக்கு பெருமளவுக்கு காரண மாக அமைகின்றன.

மீத்தேன் வாயு உமிழ்வை கட்டுப்படுத்துவதற்கு தீவிர நடவடிக்கை எடுத்தால், அது பருவநிலை மாற்றத்துக்கு எதிரான போராட்டத்தில் புவிக்கு கொஞ்சம் கால அவகாசம் தருவதாக அமையும் என்று வல்லுநர்கள் கூறுகிறார்கள்.

புவி வெப்பமாதலில் அணு ஆற்றலின் பங்கு

சர்வதேச அணுசக்தி கழகம் (international atomic energy agency) அறிக்கையில் 2030ஆம் ஆண்டுவாக்கில் கார்பனீராக்சைடு உலகில் அதிகரிக்கும் என்கிறது. 2050 ஆம் ஆண்டுக்குள் 50 முதல் 85 சதவிகிதம் வரை பசுமையில்ல வாயுக்களின் வெளியீட்டை அதிகரிக்க வேண்டும், இல்லையெனில் அதிக மோசமான விளைவு களை உலகம் சந்திக்க வேண்டியதிருக்கும் என அறிவித்துள்ளது.

சூரிய வெளியீடு மாற்றம்

சூரிய வெளியீட்டில் ஏற்படும் மாற்றங்கள் இறந்த காலத்தில் தட்பவெப்பநிலை மாற்றத்துக்கு காரணியாக இருந்துள்ளது. இருப்பினும் சூரிய வெளியீட்டில் உள்ள மாற்றம் அண்மைய நிலவுலகுச் சூடாதலுக்கு போதாது என்பது பொதுவான கருத்து.

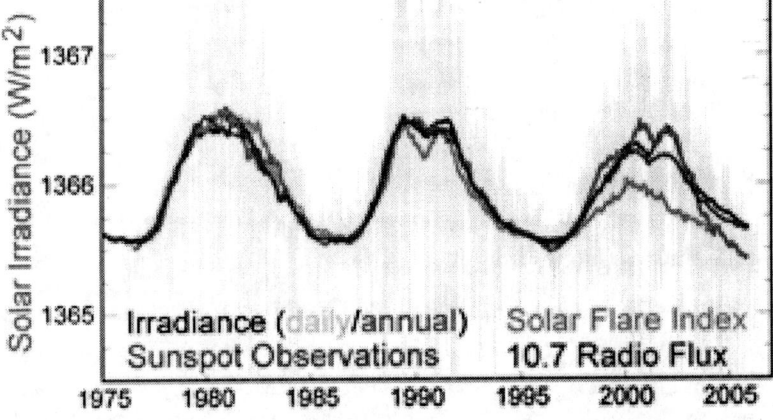

வெப்பம் சிக்குறுத்தும் வளிமங்களும் சூரிய திணிப்புகளும் வெப்ப நிலையை வெவ்வேறு விதமாக பாதிக்கின்றன. இரண்டு காரணிகளின் கூடுகையானது அடிவளிமண்டலத்தின் வெப்ப நிலையைக் கூட்டும் அதே வேளை சூரிய திணிப்பின் கூடுகை அடுக்கு மண்டலத்தை சூடாக்குவதோடு வெப்பம் சிக்குறுத்தும் வளிமங்களின் கூடுகை அடுக்குமண்டலத்தை குளிர்விக்க வேண்டும்.

1979 இல் செயற்கைக்கோள் அளவீடுகள் கிடைக்கப்பெற்றது முதல் அடுக்குமண்டலத்தின் வெப்பநிலை சீராகவோ அல்லது குறைவதாகவோ உள்ளது. அதற்கு முன்னர் தட்பவெப்பநிலை பலூன் அளவீடுகளையும் உள்ளடக்கினால் 1958 ஆம் ஆண்டு முதல் அடுக்கு மண்டலம் குளிர்வடைவதைக் காணலாம்.

✸

27. மனித உயிரைப் பறிக்கும் காற்று மாசு

கட்டுத்தீயும் காற்றுமாசும்

காலநிலை மாற்றம் காட்டுத்தீயை அதிகரிப்பது மட்டுமல்லாமல் காற்று மாசுபாட்டையும் அதிகரிக்கிறது. காட்டெருமை மற்றும் பண்ணை எச்சங்களை எரிப்பதும் காட்டுத்தீக்கு முக்கிய பங்களிப்பாகும். இது காற்றில் PM2.5ஐ அதிகரிக்கிறது, இது இரசாயன வாயு மற்றும் மகரந்தம் போன்ற பிற தீங்கு விளைவிக்கும் பொருட்களுடன் மோதுகிறது. புகைமூட்டம் காற்றை மங்கலாக்குகிறது மற்றும் மக்கள் சுவாசிக்க சிரமப்படுகிறார்கள். இந்த புகை மூட்டம் காரணமாக பார்வைத்திறனும் குறைகிறது. சுவாசிப்பதில் சிரமம், கண்கள், மூக்கு மற்றும் தொண்டையில் எரிச்சல், சுவாசக் குழாயில் அரிப்பு போன்றவை புகை மூட்டத்தை உள்ளிழுக்கும் அறிகுறிகளாகும்.

- 90% காட்டுத் தீ மானுடவியல் காரணங்களால் ஏற்படுகிறது, ஒரு சிறிய தீப்பொறி ஏக்கர் வனப்பகுதியை சாம்பலாக்கும்.
- சூட் மற்றும் தூசி துகள்கள், புகை (அதில் பல நச்சு இரசாயனங்கள் உள்ளன) பல நாட்கள் காற்றில் நிறுத்தப்படலாம்.

- கிரீன்ஹவுஸ் விளைவு காரணமாக சராசரி வெப்பநிலை நாளுக்கு நாள் அதிகரித்து வருகிறது. இதன் விளைவாக, வெப்ப நிலை அதிகரிப்பு காட்டுத்தீ விகிதத்தை பாதிக்கிறது.
- அதிக வெப்பநிலை, காட்டுத் தீ மற்றும் காட்டுத்தீயின் வழக்குகள் அதிகம். வனவிலங்குகள், தாவரங்கள் மற்றும் விலங்குகள் அனைத்தும் காட்டுத்தீயால் பாதிக்கப்படுகின்றன.

உற்பத்தி, ரசாயனம் மற்றும் ஜவுளித் தொழில்கள் அதிக எண்ணிக்கை யிலான CO, ஹைட்ரோகார்பன்கள், இரசாயனங்கள் மற்றும் கரிம சேர்மங்களை வெளியிடுகின்றன, அவை நமது சுற்றுச்சூழலை மாசுபடுத்துகின்றன. பாக்டீரியா மற்றும் பூஞ்சைகள் இயற்கையின் உயிர்வேதியியல் சுழற்சிகளில் அடிப்படைப் பங்கு வகிக்கின்றன. அவை அசாதாரண சுற்றுச்சூழல் நிலைமைகளின் முக்கிய குறி காட்டிகள். சுற்றுப்புறங்களில் இருக்கும் இந்த நுண்ணுயிரிகளின் சிதைவு, அதிக நச்சுத்தன்மை கொண்ட மீத்தேன் வாயுவை வெளி யிடுகிறது. மீத்தேன் போன்ற நச்சு வாயுவை சுவாசிப்பது மரணத் திற்கு வழிவகுக்கும்.

சிதைவு செயல்முறை கார்பன், மீத்தேன் மற்றும் நைட்ரஜனை வெளியிடுகிறது, இது காற்றின் தரத்தை ஓரளவு பாதிக்கலாம். இந்த நுண்ணுயிரிகள் காற்றில் நிறுத்தப்படுவதால், அவை ஏற்படலாம்

- ஆஸ்துமா திரட்டுதல்
- வேறு பல அசௌகரியங்கள்
- கண்கள், மூக்கு, தொண்டையில் எரிச்சல்.
- சருமத்தில் ஒவ்வாமை ஏற்படுவதற்கான வாய்ப்பும் அதிகரிக் கிறது.

வாகனப் போக்குவரத்து ஏற்படுத்தும் மாசு

சாலைகளில் வாகனங்கள் நாளுக்கு நாள் அதிகரித்து வருகின்றன. வாகன மாசுபாடு காற்று மாசுபாட்டிற்கு முக்கிய பங்களிப்பாகும் என்பதை மறுப்பதற்கில்லை. குறிப்பாக நகர்ப்புற நகரங்களில், கிராமப்புறங்களை ஒப்பிடும்போது கார் உரிமையாளர் விகிதம் அதிகமாக உள்ளது. கார் பெட்ரோலை எரிக்கும்போது, ஒரு

நாளைக்கு 10 சிகரெட்டுகளை புகைப்பது போன்ற தீங்கு விளைவிக்கும் மாசுக்களை காற்றில் உங்கள் வாகனம் வெளியிடுகிறது.

- கார்பன் மோனாக்சைடு,
- ஹைட்ரோகார்பன்கள்,
- நைட்ரஜன் ஆக்சைடு மற்றும்
- துகள்கள் (PM2.5 மற்றும் PM10)

வளிமண்டலத்தில் வாகன மாசுபாடு அதிகமாக இருக்கும்போது, அது ஓசோன் படலத்தில் ஒரு துளையை உருவாக்கி புகை மூட்டத்திற்கு பங்களித்து, பல்வேறு உடல்நலப் பிரச்சனைகளை ஏற்படுத்துகிறது.

சாலைகளில் அதிக எண்ணிக்கையிலான கார்கள் மற்றும் பிற வாகனங்கள் சாலைகளில் போக்குவரத்து நெரிசலுக்கு பங்களிக்கின்றன, குறிப்பிட்ட பகுதியின் காற்றின் தரத்தை பெரிய அளவில் பாதிக்கிறது. ஒவ்வொரு பகுதிக்கும் உள்ளூர் மட்டத்தில் காற்றின் தரத்தை கண்காணிக்க வேண்டியதன் அவசியத்தை இது அவசிய

மாக்குகிறது, இதனால் மூலங்களைக் கண்டறிந்து சரியான நடவடிக்கைகளை எடுக்க முடியும்.

கார்பூலிங், பொதுப் போக்குவரத்தைப் பயன்படுத்துதல் (மெட்ரோக்கள், பேருந்துகள், தண்டவாளங்கள்) போன்ற வாகன உமிழ்வைக் கட்டுப்படுத்த தனிநபர்களாக சரியான மற்றும் பயனுள்ள நடவடிக்கைகளை எடுப்பது வாகன உமிழ்வைக் குறைக்க உதவும்.

புதைபடிவ எரிபொருட்களை எரித்தல்

புதைபடிவ எரிபொருட்களை முழுமையடையாமல் எரிப்பதால் பெரும்பாலான காற்று மாசுபாடு ஏற்படுகிறது. மின்சாரம் அல்லது போக்குவரத்துக்கான ஆற்றலை உற்பத்தி செய்ய நிலக்கரி, எண்ணெய் மற்றும் பெட்ரோல் ஆகியவை இதில் அடங்கும். உயர் மட்டத்தில் CO வெளியீடு எவ்வளவு படிம எரிபொருள் எரிக்கப்படுகிறது என்பதைக் குறிக்கிறது. இது நைட்ரஜன் ஆக்சைடு போன்ற மற்ற நச்சு மாசுக்களையும் காற்றில் வெளியேற்றுகிறது.

இயற்கை வாயு மற்றும் புதைபடிவ எரிபொருளை எரிப்பதால் மாசு படுத்தும் காற்றை உள்ளிழுப்பது போதுமான ஆக்ஸிஜனை பம்ப் செய்யும் இதயத்தின் திறனைக் குறைக்கிறது. அதனால் பல்வேறு சுவாச மற்றும் இதய நோய்களால் பாதிக்கப்படுகின்றனர். மேலும், நைட்ரஜன் ஆக்சைடுகள் அமில மழை மற்றும் புகைமூட்டம் உருவாவதற்கு காரணமாகின்றன.

புதைபடிவ எரிபொருட்களை எரிக்கும்போது, அவை வெறும் CO_2ஐ விட அதிகமாக வெளியிடுகின்றன.

● நிலக்கரியில் இயங்கும் மின் நிலையங்கள் மட்டுமே அமெரிக்காவில் 35% தீங்கு விளைவிக்கும் பாதரச உமிழ்வைக் கொண்டுள்ளன.
● SO_2 உமிழ்வில் மூன்றில் இரண்டு பங்கு அமில மழையை ஏற்படுத்துகிறது.
● புதைபடிவ எரிபொருளை எரிப்பதால் பெரும்பாலான தூசிகள் (துகள் மாசுபாடு) நமது காற்றில் வெளியிடப்படுகின்றன.

தொழில்துறை நடவடிக்கைகள் காற்றில் பல மாசுபாடுகளை வெளியிடுகின்றன, அவை காற்றின் தரத்தை நாம் கற்பனை செய் வதை விட அதிகமாக பாதிக்கின்றன. துகள்கள் 2.5 மற்றும் 10, NO_2, SO_2 மற்றும் CO ஆகியவை முக்கிய மாசுபடுத்திகள் ஆகும். அவை அவற்றின் பொருட்களின் உற்பத்திக்கு நிலக்கரி மற்றும் மரத்தை முதன்மை ஆற்றல் மூலமாகப் பயன்படுத்தும் தொழிற்சாலைகளில் இருந்து வெளியேற்றப்படுகின்றன. உங்கள் ஆரோக்கியத்துடன் தொடர்புடைய தொழில்துறை மாசு விளைவுகள் வரம்பில் இருக்கலாம்.

- உங்கள் கண்கள் மற்றும் தொண்டையில் எரிச்சல்
- சுவாச பிரச்சனைகள்
- சில சமயங்களில் நாள்பட்ட நோய்களுக்கு கூட வழிவகுக்கும்
- தொழில்களில் இருந்து VOCகள் மற்றும் பிற உமிழ்வுகள் ஆஸ்துமா மற்றும் மூச்சுக்குழாய் அழற்சி போன்ற சுவாசக் கோளாறுகளை ஒருங்கிணைக்கலாம்.
- ஆஸ்துமா தாக்குதல்களை அதிகரிக்கக்கூடிய தொழில்களில் இருந்தும் O_3 வெளியிடப்படுகிறது.

CO_2, ஹைட்ரோகார்பன்கள் போன்ற பெரிய அளவிலான கரிம இரசாயனங்கள் மற்ற நச்சுப் பொருட்கள் உட்பட தொழில்களால் வெளியிடப்படுகின்றன. CO_2 ஒரு கிரீன்ஹவுஸ் விளைவை ஏற்படுத்து வதால் அவை காலநிலையை மேலும் பாதிக்கின்றன. எனவே, பூமியின் வளிமண்டலத்தில் வெப்பம் சிக்க வைக்கிறது. எனவே, வெப்பநிலை மற்றும் ஈரப்பதம் அதிகரிக்கிறது. தேவை அதிகரிக்கும் போது மேலும் மேலும் தொழில்கள் கட்டப்படுகின்றன. மேலும், நாளுக்கு நாள் வாயு வெளியேற்றமும் அதிகரித்து வருகிறது. பூமியின் வெப்பநிலை பத்தாண்டுகளுக்கு 1 டிகிரி செல்சியஸ் அதிகரித்து வருவதால், இதன் பின்விளைவுகளை நாம் ஏற்கனவே கவனித்து வருகிறோம்.

கொந்தளிப்பான ஆர்கானிக் கலவைகள் (VOCs) என்றும் அழைக்கப் படும் நச்சுப் பொருட்களின் பயன்பாடு, போதிய காற்றோட்டம்,

சீரற்ற வெப்பநிலை மற்றும் ஈரப்பதத்தின் அளவு ஆகியவை உட்புற காற்று மாசுபாட்டை ஏற்படுத்தும். நீங்கள் அலுவலகம், பள்ளி அல்லது உங்கள் வசதியான வீட்டில் இருக்கலாம். வீட்டின் காற்று மாசுபாடு அறியாமை காரணிகளால் ஏற்படலாம்.

உதாரணமாக, ஒரு அறைக்குள் புகையிலை புகைத்தல் அல்லது அச்சு-பாதிக்கப்பட்ட சுவர்களை சிகிச்சையளிக்காமல் விட்டு விடலாம். விறகு அடுப்புகள் அல்லது ஸ்பேஸ் ஹீட்டர்களின் பயன்பாடு ஈரப்பதத்தை அதிகரிக்கும் திறன் கொண்டது, இது எந்த நேரத்திலும் ஒரு நபரின் ஆரோக்கியத்தை நேரடியாக பாதிக்கலாம். உட்புற காற்று மாசுபாட்டின் கார்சினோஜென்கள் மற்றும் நச்சுகள் நுரையீரல் புற்றுநோயால் 17% இறப்புகளை ஏற்படுத்துகின்றன.

WHO 2018 இல் வெளியிட்ட 'வீட்டுக் காற்று மாசுபாடு மற்றும் ஆரோக்கியம்' அறிக்கையின்படி, 'நிமோனியாவால் ஏற்படும் ஆண்டு இறப்புகளில் 27% உட்புற காற்று மாசுபாட்டால் ஏற்படுகிறது மற்றும் 45% நிமோனியா இறப்புகளுக்கு ஐந்து வயதுக்குட்பட்ட குழந்தைகளின் இறப்புகளில் 45% ஆகும்.'

2020 ஆம் ஆண்டில், வீட்டுக் காற்று மாசுபாடு வருடத்திற்கு 3.2 மில்லியன் இறப்புகளுக்கு காரணமாக இருக்கும் என்று கணிக்கப் பட்டுள்ளது, இதில் ஐந்து வயதுக்குட்பட்ட குழந்தைகளின் சுமார் 2,37,000 இறப்புகள் அடங்கும்.

குப்பை கழிவுகளை திறந்த வெளியில் எரித்தல்

குப்பைகளை திறந்தவெளியில் எரிப்பது ஒருவர் நினைப்பதை விட உங்கள் ஆரோக்கியத்திற்கும் சுற்றுச்சூழலுக்கும் மிகவும் தீங்கு விளைவிக்கும். Engage EPW படி, டெல்லி காற்று மாசுபாடு பொது சுகாதாரத்தை திணறடிக்கிறது.

தில்லி ஒவ்வொரு நாளும் 9500 டன் கழிவுகளை உருவாக்குகிறது, இது இந்தியாவின் இரண்டாவது குப்பை கொட்டும் நகரமாக மாறுகிறது. குப்பைக் கழிவுகளை திறந்த வெளியில் எரிப்பதால் கடுமையான உடல்நல அபாயங்கள் ஏற்படலாம்.

- புற்றுநோய்
- கல்லீரல் பிரச்சனைகள்
- நோயெதிர்ப்பு மண்டலத்தின் குறைபாடு
- குறைக்கப்பட்ட இனப்பெருக்க செயல்பாடுகள்
- வளரும் நரம்பு மண்டலத்தையும் பாதிக்கலாம்.

திறந்தவெளி குப்பைகளை எரிப்பதால் கருப்பு கார்பன், சூட் மற்றும் கார்சினோஜென்கள் போன்ற நச்சுகள் வெளியாகின்றன. இது கிரீன்ஹவுஸ் விளைவுக்கு தீவிரமாக பங்களிக்கிறது, மற்றும் அதை யொட்டி காலநிலை மாற்றம். கருப்பு கார்பன் மற்றும் சூட் ஆகியவை பனி சிகரங்களில் படிந்து, அவை உருகுவதற்கு வழிவகுக் கிறது.

திறந்தவெளி குப்பைகளை எரிப்பதால் தோல் எரிச்சல் ஏற்படுகிறது, ஆஸ்துமா மற்றும் பிற சுவாச நோய்கள் மற்றும் நோய்களை மோச மாக்குகிறது, இதய நோய்களின் அபாயத்தை அதிகரிக்கிறது, சுவாசிப்பதில் சிரமம், குமட்டல் மற்றும் தலைவலி.

சுத்தமான காற்று சட்ட இயக்கத்தின் போது, மத்திய மாசுக் கட்டுப் பாட்டு வாரியம் (CPCB) டெல்லி NCR பகுதியில் கட்டுமான மாசுபாடு மற்றும் இடிப்பு நடவடிக்கைகள் காரணமாக அதிக எண்ணிக்கையிலான காற்று மாசு புகார்களை பதிவு செய்தது. நகரத்தில் மக்கள் தொகை அதிகரிப்புடன், கட்டுமானம் மற்றும் இடிப்பு ஆகியவை தேசிய தலைநகரின் எப்போதும் செல்லும் வளர்ச்சியின் ஒரு பகுதியாகும்.

பல கட்டுமான தளங்கள் மற்றும் செங்கல் மற்றும் கான்கிரீட் போன்ற மூலப்பொருட்கள் மூடுபனி மற்றும் துர்நாற்றத்தை ஏற்படுத்துகின்றன, இது மக்களுக்கு குறிப்பாக குழந்தைகள் மற்றும் வயதான குடிமக்களுக்கு ஆபத்தானது.

கட்டுமானம் மற்றும் இடிப்புத் தளங்களில் காற்றின் தரம் ஏன் கவலை அளிக்கிறது? இது பின்வரும் காரணங்களால் ஏற்படுகிறது :

- கட்டுமானம் மற்றும் இடிப்புத் தளங்கள் PM மற்றும் VOCகள் உள்ளிட்ட பிற காற்று மாசுபாட்டின் வளமான ஆதாரமாகும்.
- இந்த இடங்களுக்கு அருகில் வசிக்கும் மக்கள் சுவாசிப்பதில் சிரமம், கண்கள், மூக்கு மற்றும் தொண்டையில் எரிச்சல் போன்ற பல்வேறு உடல்நலக் கவலைகளை அனுபவிக்கின்றனர்.
- தளத்தில் பணிபுரியும் தொழிலாளர்கள் மற்றும் பணியாளர்கள் தினமும் இந்த காற்று மாசுபாட்டிற்கு ஆளாகின்றனர். இந்த மாசுபாடுகள் அவர்களின் ஆரோக்கியத்தையும் பெரிய அளவில் பாதிக்கிறது.
- எனவே, தரநிலைகளுக்கு இணங்க கட்டுமான மற்றும் இடிப்பு தளங்களில் காற்றின் தரத்தை கண்காணிப்பது முக்கியம்.
- இந்த தளங்களில் காற்றின் தரத்தை பராமரிப்பது முக்கியம், இதனால் காற்றின் தரத்தை பராமரிக்கவும் மற்றும் நச்சு மற்றும் PM உருவாக்கும் நடவடிக்கைகளின் அதிகப்படியான பயன்பாட்டை கட்டுப்படுத்தவும்.

விவசாய நடவடிக்கைகள் ஏற்படுத்தும் தாக்கம்

விவசாய நடவடிக்கைகள் காற்றின் தரம் குறைவதில் கடுமையான தாக்கத்தை ஏற்படுத்தியுள்ளன. ஆரம்பத்தில், பூச்சிக்கொல்லிகள் மற்றும் உரங்கள் சுற்றியுள்ள காற்றை மாசுபடுத்தும் முக்கிய ஆதாரங்கள். இப்போதெல்லாம், பயிர்கள் மற்றும் தாவரங்களின் விரைவான வளர்ச்சிக்காக, இயற்கையில் காணப்படாத புதிய ஆக்கிரமிப்பு இனங்களுடன் பூச்சிக்கொல்லிகள் மற்றும் உரங்கள் கலக்கப்படுகின்றன. அவற்றை தெளித்தவுடன், பூச்சிக்கொல்லிகளின் வாசனை மற்றும் விளைவு காற்றில் விடப்படுகிறது. சில தண்ணீருடன் கலக்கிறது மற்றும் சில நிலத்தில் கசிந்து பயிர்களை அழிப்பது மட்டுமல்லாமல், பல உடல்நலப் பிரச்சனைகளையும் ஏற்படுத்துகிறது.

FAO (உணவு மற்றும் விவசாய அமைப்பு) படி, 'உலக உமிழ்வுகளில் சுமார் 40% கால்நடைகளிலிருந்தும், 16% கனிம உரங்களிலிருந்தும்,

17% எரியும் உயிரிகளிலிருந்தும், 8% விவசாய கழிவுகளிலிருந்தும் வருகிறது.' விவசாய நடவடிக்கைகளில் காற்றில் வெளியிடப்படும் நச்சுகளை உருவாக்கும் 4 நடவடிக்கைகள் அடங்கும். இவை உரங்கள் மற்றும் பூச்சிக்கொல்லிகள், கால்நடை வளர்ப்பு, விவசாய கழிவுகள் மற்றும் பயன்படுத்தப்பட்ட பாசன நீரில் இருந்து உப்புக்கள். விவசாய திடப்பொருள்கள் மற்றும் கழிவுகள் அடுத்த சாகுபடிக்கான பகுதியை அகற்றுவதற்காக எரிக்கப்படுகின்றன. ஆனால் இது சூட், PM மற்றும் பிற நச்சுகளை காற்றில் வெளியிடு கிறது.

காற்று மாசுபாடு பற்றி பேசும்போது, வெளிப்புற காற்று மாசுபாடு நம் உயிருக்கு ஆபத்தானது என்று நாங்கள் எப்போதும் கருது கிறோம், ஆனால் உட்புற காற்று மாசுபாடு பற்றி பேசவே இல்லை. வீட்டுப் பொருட்கள் உட்புற காற்று மாசுபாட்டை ஏற்படுத்து கின்றன, இது வெளிப்புற காற்று மாசுபாட்டை விட 10 மடங்கு அதிக தீங்கு விளைவிக்கும்.

நமது வாழ்நாளில் 90%க்கும் அதிகமானவற்றை வீட்டுக்குள்ளேயே செலவிடுகிறோம், இது உட்புற காற்று மாசுபாட்டின் தாக்கங்களை மிகவும் தீவிரமானதாகவும், கவலைக்குரியதாகவும் ஆக்குகிறது.

வண்ணப்பூச்சுகள், கிளீனர்கள் மற்றும் வாசனை திரவியங்கள் மற்றும் டியோடரண்டுகள் போன்ற தனிப்பட்ட பராமரிப்பு பொருட்களில் காணப்படும் ஆவியாகும் கரிம கலவைகள் (VOCs) பொதுவான உடல்நலப் பிரச்சனைகளுக்கு ஒரு காரணமாகும். இவை ஆஸ்துமா அல்லது பிற சுவாச பிரச்சனைகள் மற்றும் நுரையீரல் நோய் போன்ற அபாயங்களை ஏற்படுத்தும் அமைதி யான கொலையாளிகள் மற்றும் மோசமான வீட்டுக் காற்றை உள்ளிழுப்பதால் ஏற்படும் பிற பிரச்சனைகள்.

- உட்புறத்தில் உள்ள பல்வேறு வகையான ஆதாரங்கள் குழந்தைகள், வயதானவர்கள் மற்றும் செல்லப்பிராணிகளை பாதிக்கும் பல்வேறு தீங்கு விளைவிக்கும் நச்சுகளை வெளியிடு கின்றன.
- இந்த ஆதாரங்களில் சமையல், புகைபிடித்தல், தளபாடங்கள், வண்ணப்பூச்சுகள், பொழுதுபோக்கு கைவினைப்பொருட்கள், உலைகள், நிலக்கரியால் இயங்கும் ஹீட்டர்கள் மற்றும் பல உள்ளன. உட்புற காற்று மாசுபாடு ஆண்டுக்கு 4 மில்லிய னுக்கும் அதிகமான அகால மரணங்களை ஏற்படுத்தியுள்ளது.
- குழந்தைகளின் மகப்பேறுக்கு முற்பட்ட நிலையில் கூட ஆரோக்கியமான காற்று வளர்ச்சிக்கு மிகவும் முக்கியமானது. 5 வயதுக்குட்பட்ட குழந்தைகளில் 50% க்கும் அதிகமான சுவாச நோய்த்தொற்றுகள் காற்று மாசுபாட்டால் ஏற்படுகின்றன.
- குழந்தைகள் மற்றும் வயதானவர்களுக்கு மூச்சுக்குழாய் அழற்சி, நிமோனியா மற்றும் ஆஸ்துமாவின் தீவிரம் போன்ற பல்வேறு நுரையீரல் மற்றும் இதய நோய்களுக்கு இது பொறுப்பு.

உட்புற காற்றின் தரத்தை கண்காணிப்பது கண்ணுக்கு தெரியாத காற்று மாசுபடுத்திகளை பார்க்கும் ஆற்றலை உங்களுக்கு வழங்குவது மட்டுமல்லாமல், உங்கள் உட்புற காற்றின் தரத்தை பராமரிக்கவும் உதவும்.

நாட்டில் காற்று மாசு அதிகரித்து வரும் விகிதத்தில், உடனடி நடவடிக்கை முற்றிலும் அவசியமாகி விட்டது. இது மனித

உயிர்களை மட்டும் பாதிக்காமல், இயற்கையிலும் அழிவை ஏற்படுத்துகிறது.

நெல்சன் மண்டேலா ஒருமுறை காற்று மாசுபாடு மற்றும் குறிப்பாக மனித வாழ்வில் அதன் தாக்கம் பற்றி தனது கவலையை வெளிப்படுத்தினார். ஒவ்வொருவருக்கும் தங்கள் உடல்நலம் அல்லது நல்வாழ்வுக்கு தீங்கு விளைவிக்காத சூழலுக்கு உரிமை உண்டு; தற்போதைய மற்றும் எதிர்கால சந்ததியினரின் நலனுக்காக அந்த சுற்றுச்சூழலைப் பாதுகாக்க வேண்டும்.

- ஆற்றலைச் சேமிப்பது, சுவாசிக்க சுத்தமான காற்றுடன் சிறந்த எதிர்காலத்தை நோக்கிய முதல் படியாகும்.
- கருத்தைப் புரிந்துகொள்வது மற்றும் குறைத்தல், மறுபயன்பாடு மற்றும் மறுசுழற்சி செய்யும் பழக்கத்தை உள்வாங்குவது முக்கியம்.
- எரிபொருளைச் சேமிக்கவும், வாகன மாசுபாட்டைக் குறைக்கவும் சாத்தியமான போதெல்லாம் பொதுப் போக்குவரத்தைப் பயன்படுத்தவும்.

உங்கள் நகரத்தில் அதிகரித்து வரும் மாசு நிலைக்கு தொடர்ந்து பங்களிக்கும் பல்வேறு காரணிகளைப் புரிந்து கொள்ள உங்கள் இருப்பிடத்தின் AQI (காற்றுத் தரக் குறியீடு) மதிப்பைச் சரி பார்க்கவும் அல்லது பல்வேறு நகரங்களின் AQI அளவை ஒப்பிட்டு, நாடு முழுவதும் மாசு எவ்வாறு சமமாகப் பரவுகிறது என்பதை அறியவும்.

✺

28. சுகாதார அச்சுறுத்தல்களும் விளைவுகளும்

காற்று மாசுபாடு மின்சாரம், போக்குவரத்து, தொழில், குடியிருப்பு, கட்டுமானம் மற்றும் விவசாயம் உள்ளிட்ட பல துறைகளுடன் தொடர்புடையது.

புதைபடிவ எரிபொருள்கள் மற்றும் உமிழ்வுகளை எரித்தல்

காற்றில் உள்ள நச்சு வாயுக்கள் மற்றும் இரசாயனங்களை வெளியிடும் புதை படிவ எரிபொருட்களை எரிப்பது போன்ற ஆற்றலைப் பயன்படுத்துவதால் பெரும்பாலான காற்று மாசுபாடு ஏற்படுகிறது. நிலக்கரி அல்லது இயற்கை வாயுக்கள் போன்ற புதைபடிவ எரி பொருட்களை எரிப்பதால் ஏற்படும் இரண்டு பொதுவான காற்று மாசுபாடுகள் புகை மற்றும் சூட் ஆகும்.

புகை அல்லது புகையில் இருக்கும் சிறிய காற்றில் உள்ள துகள்கள் மிகவும் ஆபத்தானவை. ஏனெனில் அவை நுரையீரல் மற்றும் இரத்ததில் நுழைந்து மூச்சுக் குழாய் அழற்சி மற்றும் இதய நோய்களுக்கு வழிவகுக்கலாம்.

தொழிற்சாலைகள், வாகனங்கள், சாலை, தூசி, கட்டுமானம், குப்பைகளை எரித்தல், வீட்டில் உள்ள வீடுகள் மற்றும் டீசல் ஜெனரேட்டர் செட் ஆகியவற்றில் இருந்து வெளியேறும் வாயு மாசுபாட்டின் பிற ஆதாரங்கள்.

ஏர் கண்டிஷனர்களின் பயன்பாடு

காற்றுச் சீரமைப்புகளின் பயன்பாடு அதிகரிப்பது மின்சாரத்தின் தேவையில் நேரடி அதிகரிப்புக்கு வழிவகுக்குகிறது. மின்சாரத்திற் கான இந்த தேவையான கூட்டு ஆற்றல் தேவைகளை பூர்த்தி செய்ய புதைபடிவ எரிபொருட்களை சார்ந்திருப்பதை அதிகரிக்கிறது. இதனால் பசுமை இல்ல வாயு வெளியேற்றத்தை மாசுபடுத்தும் மிகப்பெரிய ஆதாரமாக மின்சாரத்துறை உள்ளது.

கிரீன்ஹவுஸ் வாயு வெளியேற்றத்தின் அளவு அதிகரிப்பது காலநிலை மாற்றம் மற்றும் காற்று மாசுபாட்டிற்கு காரணமாகும். எனவே, காற்றுச் சீரமைப்புகளின் அதிகரித்த பயன்பாடு காற்று மாசுபாட்டிற் கான காரணங்களில் ஒன்றாகும் மற்றும் பொது சுகாதாரத்திற்கு அச்சுறுத்த லாக உள்ளது.

எவ்வாறாயினும், அத்தகைய செயலுக்காக எந்தவொரு தனி நபருக்கும் எதிராக வழக்கு பதிவு செய்ய முடியாது. ஏனெனில் அதிகரித்த எரிசக்தி தேவை அல்லது காற்று மாசுபாட்டிற்கு ஒரு நபர் மட்டுமே பொறுப்பல்ல. காற்று மாசுபாட்டின் இந்த தீங்கு விளை விக்கும் விளைவுகளுக்கு வழிவகுக்கும் ஒரு சமூகமாக ஏர் கண்டிஷனர்களின் அதிகரித்த பயன்பாட்டின் விளைவாக இது உள்ளது.

வாகன மாசுபாடு

ஒட்டுமொத்த காற்று மாசுபாட்டின் 60-70%க்கு வாகனங்களில் இருந்து வெளியேறும் மாசுதான் காரணம். கடுமையான வெகுஜன மாசு உமிழ்வு தரநிலைகள் மற்றும் நெறி முறைகள், பழைய வாகனங்களை அகற்றுதல், வாகன பராமரிப்பு மற்றும் பாதை ஒழுக்கம் பற்றிய விழிப்புணர்வு மாற்று எரிபொருள் திட்டங்கள் மற்றும் உயிரி எரிபொருட்களின் கலவை, ஊக்குவிப்பு போன்ற

திருத்தப்பட்ட எரிபொருள் திறன் நெறிமுறைகள் போன்ற நடவடிக்கைகள் மூலம் இது போன்ற உமிழ்வைக் கட்டுப்படுத்த அரசாங்கம் முயற்சிக்கிறது.

மின்சார அல்லது கலப்பின வாகனங்கள் மற்றும் பெரு நகரங்கள், இ-ரிக்ஷாக்கள் போன்ற பொதுப் போக்குவரத்தின் அதிகரித்த பயன்பாடு.

காலநிலை மாற்றம்

காற்று மாசுபாடு காலநிலை மாற்றத்திற்கான காரணமும் விளைவும் ஆகும். கார்பன் டை ஆக்சைடு மற்றும் மீத்தேன் வெளியேற்றம் பூமி யின் வெப்பநிலையை உயர்த்துகிறது. இதன் விளைவாக, அதிகரித்த வெப்பம் புகைமூட்டம் (புகை மற்றும் மூடுபனி) மற்றும் அதிகரித்த புற ஊதா கதிர்வீச்சுக்கு வழிவகுக்கிறது.

உடல்நல பாதிப்புகள்

காற்று மாசுபாடு அதன் உயிருக்கு உடல்நல பாதிப்புகள் காரணமாக மிகவும் கவலை அளிக்கிறது. இருப்பினும் காற்று மாசுபாட்டின் தாக்கம் ஆரோக்கியத்திற்கு மட்டுமல்ல, விவசாயம் மற்றும் மனிதர்கள் தாவரங்கள் மற்றும் விலங்குகளின் பொதுவான நல் வாழ்வுக்கும் பரவுகிறது. காற்று மாசுபாட்டின் பிற விளைவுகள் கண்கள் மற்றும் தொண்டை எரிச்சல், நுரையீரலுக்கு சேதம் மற்றும் ஒவ்வாமை மற்றும் ஆஸ்துமா தாக்குதல்களைத் தூண்டும். மாசு பட்ட காற்றை நீண்ட நேரம் வெளிப்படுத்துவது தோல் பிரச்சனைகள், கல்லீரல் மற்றும் இனப்பெருக்க உறுப்புகளுக்கு தீங்கு விளை விக்கும்.

ஈயம் மற்றும் பாதரசம் போன்ற அபாயகரமான இரசாயனங்கள் காற்றில் இருப்பது குழந்தைகளின் மூளையின் செயல்பாட்டை பாதிக்கும். நுரையீரல் அல்லது இதய கோளாறுகள் உள்ள நோயாளிகள் காற்று மாசுபாட்டின் விளைவுகளுக்கு மிகவும் பாதிக்கப்படுகின்றனர்.

29. உலகின் வெப்பமான ஆண்டுகள்

தொடர்ந்து நான்காவது ஆண்டாக இம்முறையும் (2018) உலகின் வெப்பமான ஆண்டாக பதிவாகியிருப்பதாக உலக வானிலை ஆய்வு நிறுவனம் தெரிவித்துள்ளது.

தொழில் புரட்சிக்கு முந்தைய காலகட்டத்தில் (1850-1900) இருந்த அளவை விட இந்த ஆண்டின் முதல் பத்து மாதங்களில் மட்டும் உலகின் சராசரி வெப்பநிலையானது கிட்டத்தட்ட ஒரு செல்சியஸ் அதிகரித்திருக்கிறது.

கடந்த 22 ஆண்டுகளில் உலகின் 20 வெப்பமான ஆண்டுகள் பதிவாகியுள்ளன. அதில் 2015-2018 வரையிலான ஆண்டுகள் மிக அதிக வெப்பமான ஆண்டுகளாக பதிவாகியுள்ளன.

இந்த நிலை நீடித்தால் 2100-ல் 3-5 செல்சியஸ் அளவுக்கு வெப்ப நிலை உயரக்கூடும் என உலக வானிலை ஆய்வு நிறுவனம் தெரிவித்துள்ளது.

2018-ல் நடந்த சில முக்கியமான நிகழ்வுகளை உலக வானிலை ஆய்வு நிறுவனம் தனது அறிக்கையில் சுட்டிக்காட்டியுள்ளது.

கேரளாவில் ஐந்து மில்லியனுக்கும் அதிகமான மக்கள் வெள்ளத்தால் பாதிக்கப்பட்டுள்ளனர். அதே போல ஜப்பானில் நூற்றுக்கணக்கானோர் வெள்ளத்தால் கொல்லப்பட்டுள்ளார்கள். அனல்காற்று ஸ்கேண்டிநேவியாவின் சில பகுதிகள் மற்றும் பிரிட்டன் உள்ளிட்ட ஐரோப்பாவின் பெரும் பகுதிகளிலும் காட்டுத்தீக்கு வித்திட்டது.

ஜூலை மற்றும் ஆகஸ்ட் மாதங்களில் வடக்கு ஆர்க்டிக் பகுதியில் பலமுறை வரலாறு காணாத அளவுக்கு வெப்பநிலை உயர்வு ஏற்பட்டது. பின்லாந்தின் தலைநகரமான ஹெல்சின்கி 25 நாள்களுக்கு தொடர்ந்து சுமார் 25 செல்சியஸுக்கும் அதிகமான வெப்ப நிலையை கண்டது.

அமெரிக்காவில் இந்த ஆண்டு அதிகளவு காட்டுத்தீ ஏற்பட்டது. இதனால் கடந்த நூறு ஆண்டுகளில் இல்லாத அளவு பலர் அமெரிக்காவில் மாண்டனர்.

கிரீஸிலும் காட்டுத்தீ காரணமாக மரணங்கள் ஏற்பட்டன. பிரிட்டிஷ் கொலம்பியாவில் முன்னெப்போதும் இல்லாத அளவு நிலங்கள் எரிந்து போயின.

பருவநிலை மாற்ற விளைவுகள் தற்போது தெளிவாக தெரிகின்றன என்கிறார்கள் அறிக்கையை தயாரிப்பதில் ஈடுபட்டுள்ள அறிவியல் ஆய்வாளர்கள்.

"பசுமை இல்ல வாயு உமிழ்வு காரணமாக வெப்பமாதல் ஏற்படுவது உலகம் முழுவதும் தெளிவாக தெரிகிறது" என்கிறார் ஆங்கிலியா பல்கலைக்கழகத்தில் பணியாற்றும் பேராசிரியர் டிம் ஆஸ்போர்ன்.

சமீபத்திய அறிவியல் ஆய்வுகளுக்கு மிகவும் உதவக்கூடிய வகையில் உள்ள உலக வானிலை ஆய்வு நிறுவனத்தின் பருவநிலை அறிக்கை, போலந்தில் அடுத்தவாரம் நடக்கவுள்ள ஐ.நா. பருவநிலை பேச்சு வார்த்தைகளுக்குச் செல்லும் பிரதிநிதிகளுக்கு தகவல் தெரிவிக்கும் வண்ணம் அமைந்துள்ளன.

பேச்சு வார்த்தையாளர்கள் கார்பனை குறைப்பதற்கான தங்களது கடமைகளை அதிகரிக்கவும் பாரிஸ் பருவநிலை உடன்படிக்கையின் விதி புத்தக உருவாக்கத்தை இறுதி செய்யவும் முயற்சிப்பார்கள்.

உலக வானிலை ஆய்வு நிறுவனத்தின் அறிக்கையானது கடந்த தசாப்தத்தில் அதாவது 2009-2018 காலகட்டத்தில் ஒவ்வொரு வருடமும் சராசரியாக 0.93 செல்சியஸ் வெப்பநிலை அதிகரித்துள்ள தாகவும், இது தொழில்துறைக்கு முந்தைய காலகட்டமான 1850 - 1900 வரையிலான ஆண்டுகளை கணக்கில் எடுத்துக்கொண்டு நிர்ணயிக்கப்பட்ட சராசரி வெப்பநிலை உயர்வை விட அதிகமாக இருப்பதாகவும், கடந்த ஐந்து ஆண்டுகளில் சராசரி உயர்வானது 1.04 செல்சியஸ் அளவில் உள்ளதாகவும் குறிப்பிடுகிறது.

"வெறும் எண்கள் என்பதைத் தாண்டி இவற்றை நாம் முக்கியமாகப் பார்க்க வேண்டும். ஏனெனில் ஒரு டிகிரியில் மீச்சிறு அளவிலான வெப்ப உயர்வு கூட மனிதர்களின் உடல்நலன், தண்ணீர் மற்றும் சுத்தமான தண்ணீர் கிடைப்பது உள்ளிட்டவற்றில் வித்தியாசங்களை ஏற்படுத்தும். விலங்குகள், தாவரங்கள், பவளப்பாறைகள், கடல் உயிரிகள் போன்றவற்றிலும் இவை பாதிப்புகளை ஏற்படுத்தும்."

"பொருளாதார ரீதியில் உற்பத்தித்திறன், உணவு பாதுகாப்பு, பனிப்பாறைகள் உருகும் வேகம், தண்ணீர் வழங்கல் மற்றும் கடலோர சமூகம் என பலவற்றிலும் பாதிப்புகளை ஏற்படுத்தும்" என்கிறார் உலக வானிலை ஆய்வு நிறுவன துணை தலைமை செயலாளர் எலேனா மானென்கோவா.

இந்நிலையில் ஒரு வலுவற்ற எல்-நினோ அடுத்த ஆண்டுத் துவக்கத்தில் (2019) உருவாகலாம். இதனால் அடுத்த வருடம் இவ் வருடத்தை விட வெப்பமான ஒன்றாக அமையக்கூடும் என ஆராய்ச்சியாளர்கள் தெரிவித்துள்ளனர்.

ஆனால் நீண்ட காலமாக உள்ள வெப்பம் உயரும் போக்கு 2018லும் தொடர்ந்துள்ளது. கடல் மட்ட உயர்வு, பெருங்கடலில் அமிலத் தன்மை அதிகரிப்பது, பனிப்பாறைகள் உருகுவது உள்ளிட்டவை இதற்கு சில உதாரணங்கள்.

"பருவநிலை மாற்றத்துக்கான இலக்குகளை நோக்கி நாம் சரியாக பயணிக்கவில்லை" என்று உலக வானிலை ஆய்வு நிறுவன தலைமைச் செயலாளர் பெட்டெரி டாலஸ் தெரிவித்துள்ளார்.

"பசுமை இல்ல வாயுக்களின் செறிவுகள் மீண்டும் வரலாற்றில் அதிக அளவாக பதிவாகியிருக்கிறது. இந்நிலை நீடித்தால் இந்த நூற் றாண்டின் இறுதியில் 3-5 செல்சியஸ் வெப்பநிலை உயர்வை நாம் எதிர்கொள்வோம்" என்கிறார் பெட்டெரி டாலஸ்.

"பருவ நிலை மாற்றம் குறித்து முழுமையாக அறிந்து கொள்ளும் முதல் தலைமுறையும் நாம்தான். பருவநிலை மாற்ற விளைவுகளை சமாளிக்க முன்னெச்சரிக்கை நடவடிக்கைகளை எடுக்க முடியக் கூடிய நிலையில் உள்ள கடைசி தலைமுறையும் நாம்தான். இதை மீண்டும் சொல்வது அவசியமானதாக இருக்கிறது" என்கிறார் பெட்டெரி டாலஸ்.

✱

30. தேசியப் பேரழிவுகளை நிர்வகிக்கும் நடவடிக்கைகள்

1980 ஆம் ஆண்டு முதல் பேரழிவு நிர்வகித்தல் தொடர்பாக 500க்கும் மேற்பட்ட செயல்பாடுகளை உலக வங்கி அனுமதி வழங்கியிருக்கிறது. இதன் மதிப்பு US$40 பில்லியனுக்கும் அதிகம். இதில் அர்ஜென்டினா, வங்காள தேசம், கொலம்பியா, ஹைடி, இந்தியா, மெக்சிகோ, துருக்கி மற்றும் வியட்நாம் போன்ற நாடு களின் பின்-பேரழிவுப் புனரமைப்புத் திட்டப்பணிகள் மற்றும் பேரழிவுத் தாக்கங்களைத் தடுத்தல் மற்றும் மட்டுப்படுத்தல் போன்ற பாகங்களின் நோக்கத்துடனான திட்டப் பணிகள் உள்ளடக்கிய தாகும். இதில் சில நாடுகள் மட்டுமே குறிப்பிடப்பட்டிருக்கிறது.

காட்டுத்தீ ஏற்படக்காரணமாக இருக்கும் வெட்டுதல், எரித்தல் போன்ற செயல்பாடுகளைத் தவிர்ப்பதற்கு தேவையான கல்வி சார்ந்த பிரச்சாரங்களும் எச்சரிக்கைகளும் விவசாய்களுக்கு போதிக்கப்படுகிறது, இவ்வாறாக காட்டுத்தீ பரவும் அளவீடுகளைக் குறைப்பதே இதன் திட்டப்பணியாக உள்ளது; அதேபோன்று சூறாவளிகளுக்கான முன்-எச்சரிக்கை அமைப்புகள், நாட்டுப்புறப் பகுதிகளில் கரை பாதுகாப்பு மற்றும் மேல்தளம் ஆகியவற்றில்

இருந்து உருவாக்கத்தின் இணக்கம் வரையிலான வரம்பில் வெள்ளத்தடுப்பு இயங்கமைப்புகள் உருவாக்கல் மற்றும் நிலநடுக்க-புரளல் உருவாக்கம் போன்றவை ஆகும்.

உலக வங்கியும், ப்ரோவென்சன் கன்சர்டியத்தின் கீழ் இயங்கும் கொலம்பியா பல்கலைக்கழகத்துடன் கூட்டுமுயற்சியாக இயற்கைப் பேரழிவு உண்டாகும் பகுதிகளைப் பற்றிய உலகளாவிய ஆய்வை நிறுவியுள்ளனர்.

2006 ஆம் ஆண்டு ஜூன் மாதம் உலக வங்கி பேரழிவுக் குறைப்பு மற்றும் மீட்புக்கான (GFDRR) உலகளாவிய வசதியை நிறுவியது. இது ஹயோகோ செயல்பாட்டுக் கட்டமைப்பின் ஆதரவில் முக்கிய பேரழிவு இடர்குறைப்பு மேம்பாடுகள் மூலமாக பேரழிவைக் குறைப்பதற்கு மற்ற உதவி வழங்குநர்களுடன் நீண்ட காலக் கூட்டினை வைத்திருக்கிறது. இந்த வசதி, பேரழிவுத் தடுப்பு மற்றும் அவசரநிலை ஆயத்தமாயிருத்தலுக்கான உள்நாட்டுத் திறன்களை மேம்படுத்தும். வளரும் நாடுகளுக்கான நிதி மேம்பாட்டுத் திட்டப் பணிகள் மற்றும் செயல்திட்டங்களுக்கு உதவுகிறது.

தேசிய அமைப்புகள்

ஆஸ்திரேலியாவில் அவசரநிலை நிர்வகித்தலுக்கான அடிப்படை ஒருங்கிணைந்த இணைச்செயல்பாடு மற்றும் ஆலோசனை உறுப்பாக அவசரநிலை நிர்வகித்தல் ஆஸ்திரேலியா (சினிபு) இருக் கிறது. ஒவ்வொரு மாநிலமும் அதன் சொந்த மாநில அவசரநிலைச் சேவையைக் கொண்டிருக்கிறது. அவசரநிலை அழைப்புச் சேவை மாநில காவல்துறை, தீயணைப்பு மற்றும் ஆம்புலன்ஸ் சேவைகளுக் கான அவசரநிலைத் தொலைபேசி எண்ணாக 000 வழங்கப் பட்டுள்ளது. மாநில மற்றும் ஒருங்கிணைந்த கூட்டுறவுக்கான ஏற்பாடுகள் முக்கிய அங்கம் வகிக்கின்றன.

பொதுப் பாதுகாப்புக் கனடா (PS) என்பது கனடாவின் தேசிய அவசரநிலை நிர்வகித்தல் அமைப்பு ஆகும். ஒவ்வொரு மாநிலமும் அவற்றின் அவசரநிலை நிர்வகித்தல் அமைப்புகளை அமைத் திருத்தல் அவசியம்.

PSஆனது தேசிய பாதுகாப்பு மற்றும் கனடியர்களின் பாது காப்புக்கு உறுதியளிக்கும் ஒருங்கிணைந்த அமைப்புகளின் முயற்சி களை ஒருங்கிணைக்கிறது மற்றும் ஆதரவளிக்கிறது. அவர்கள் அரசாங்கம் முதல் பிரதிசெயல்புரிபவர்கள், சமூகக் குழுக்கள், தனியார்த் துறை (சிக்கலான உட்கட்டமைப்புடன் இயங்கு பவர்கள்) மற்றும் மற்ற நாடுகள் ஆகியவற்றின் மற்ற நிலைகளுக்கும் பணியாற்றுகின்றனர்.

PSஇன் பணியானது, PSஇன் ஆற்றல்கள், கடமைகள் மற்றும் செயல் பாடுகளைச் சுருக்கமாக வரையறுக்கும், பொதுப்பாதுகாப்பு மற்றும் அவசரநிலை ஆயத்தமாயிருத்தல் நடவடிக்கையின் மூலமாக கொள்கைகள் மற்றும் சட்டமியற்றலின் பரவலான வரம்புகளைச் சார்ந்ததாக இருக்கிறது. மற்ற நடவடிக்கைகள், திருத்தங்கள், அவசர நிலை நிர்வகித்தல், சட்ட நடைமுறைப்படுத்தல் மற்றும் தேசிய பாதுகாப்பு போன்ற துறைகள் சார்ந்ததாக இருக்கிறது.

மாநிலத்திற்குரிய EMOக்கள்

- மாநிலத்துக்குரிய அவசரநிலைச் செயல்திட்டம், பிரித்தானிய கொலம்பியா மாநிலத்தின் அவசரநிலை நடவடிக்கைகள் அமைப்பு
- ஆல்பர்டா அவசரநிலை நிர்வகித்தல் அமைப்பு
- சாஸ்காட்சவன் அவசரநிலை நிர்வகித்தல் அமைப்பு
- மானிடோபா மாநில அவசரநிலை நடவடிக்கைகள் அமைப்பு
- அவசரநிலை நடவடிக்கைகள் ஆண்டாரியோ
- கியூபெக் குடியியல் பாதுகாப்பு
- நோவா ஸ்கோட்டியா அவசரநிலை நிர்வகித்தல் அலுவலகம்
- நியூப்ரூன்ஸ்விக் அவசரநிலை நிர்வகித்தல் அமைப்பு
- பிரின்ஸ் எட்வர்ட் தீவு பொதுப் பாதுகாப்பு அலுவலகம்
- நியூஃபவுண்ட்லேண்ட் மற்றும் லேப்ராடார் மாநில நடவடிக்கைகள் அமைப்பு

ஜெர்மனியில் ஒருங்கிணைந்த அரசாங்கம், ஜெர்மன் காடஸ்ட் ரொபென்சுட்ஸ் (பேரழிவு நிவாரணம்) மற்றும் ஜிவில்சுட்ஸ் (குடியியல் பாதுகாப்பு) செயல்திட்டங்கள் ஆகியவற்றைக் கட்டுப் படுத்துகிறது. ஜெர்மன் தீயணைப்புத் துறையின் உள்ளூர் அலகுகள் மற்றும் டெக்னிசெஸ் ஹில்ஃப்ஸ்வெர்க் (தொழில்நுட்ப நிவாரணத் துக்கான ஒருங்கிணைந்த அமைப்பு, THW) ஆகியவை இந்தச் செயல் திட்டத்தின் ஒரு பகுதியாகும். ஜெர்மன் இராணுவப் படைகள் (புண்டேஸ்வர்), ஜெர்மன் ஒருங்கிணைந்த காவல்துறை மற்றும் 16 மாநில காவல் படைகள் (லேண்டர்பொலிசெய்) போன்ற அனைத்தும் பேரழிவு நிவாரணச் செயல்பாடுகளுக்காக உட்படுத்தப்படுகின்றன.

மேலும் ஜெர்மன் செஞ்சிலுவை, மனிதநேய உதவி ஜோஹன்னி டெர்-உன்ஃபால்லில்ஃபெ, ஜெர்மனில் சென்ட் ஜான்ஸ் ஆம்புலன்ஸை ஒத்தது, மால்டெசர்-ஹில்ஃப்ஸ்டைன்ஸ்ட், ஆர்பெய்ட்டர்-சாமாரிடெர்-பண்ட் மற்றும் மற்ற தனியார் அமைப்புகள் ஆகியவை மூலமாக வழங்கப்படுகிறது, மிகப்பெரிய நிவாரண அமைப்பாகக் குறிப்பிடப்படும் அவை பெரிய-அளவி லான அவசரநிலைக்கு ஏற்றதாக இருக்கின்றன. 2006 ஆம் ஆண்டு முதல் பான் பல்கலைக்கழகம் இணைப்புப் பயிற்சியாக 'மாஸ்டர் இன் டிசாஸ்டர் பிரிவென்சன் அண்ட் ரிஸ்க் கவர்னன்ஸ்' என்ற பட்டப்படிப்பைத் துவக்கியது.

இந்தியாவில் அவசரநிலை நிர்வகித்தலின் பங்கு இந்தியாவின் தேசிய பேரழிவு நிர்வகித்தல் ஆணையத்தின் கீழ் இருக்கிறது. இது உள்துறை அமைச்சகத்துக்குக் கீழ்படிந்த ஒரு அரசாங்க அமைப்பு ஆகும். சமீப ஆண்டுகளில் பிரதிசெயல் மற்றும் மீட்பில் இருந்து உத்திநோக்கு இடர் நிர்வகித்தல் குறைத்தலுக்கு மற்றும் அரசாங்க-மைய அணுகு முறையில் இருந்து பரவலாக்கப்பட்ட சமூக பங்களிப்புக்கு மாற்ற மடைவதற்கு வழியுறுத்தப்படுகிறது. அறிவியல் மற்றும் தொழில் நுட்ப அமைச்சகத்தினுள் இயங்கும் அமைப்பான சர்வே ஆஃப் இந்தியாவும் அவசரநிலை நிர்வகித்தல் செயல்பாட்டுக்கு புவியியல் வல்லுநர்களின் தர்க்க ரீதியான அறிவு மற்றும் ஆய்வு நுண்திறமை ஆகியவற்றைக் கொடுப்பதன் மூலமாக இந்தத் துறையில் அங்கம் வகிக்கிறது.

அண்மையில் அரசாங்கம் அவசரநிலை நிர்வகித்தல் மற்றும் ஆய்வு நிறுவனத்தை (EMRI) அமைத்திருக்கிறது. இந்தக் குழு பொது/தனியார் கூட்டாக அமைக்கப்பட்டது. முதன்மையாக இந்தியா-சார்ந்த பெரிய கணினி நிறுவனமான 'சத்யம் கம்ப்யூட்டர் சர்வீசஸ்' மூலமாக நிதி அளிக்கப்பட்டது. மேலும் கூடுதலாக இது பேரழிவு களாக விவரிக்கப்பட்ட நிகழ்வுகளின் அவசர நிலைகளுக்குச் சமூகங்களின் பொதுவான பிரதிசெயலை மேம்படுத்துவதை நோக்க மாகக் கொண்டிருக்கிறது.

சில குழுக்களின் முந்தைய முயற்சிகள், முதல் பிரதி செயல் புரிபவர்களுக்கான (இந்தியாவின் முதல்) அவசர நிலை நிர்வகித்தல் பயிற்சியினை முன்னேற்பாடு செய்தல், ஒற்றை அவசரநிலைத் தொலைபேசி எண்ணை உருவாக்குதல் மற்றும் EMS பணியாளர், உபகரணம் மற்றும் பயிற்சி ஆகியவற்றுக்கான தரங்களை நிறுவுதல் ஆகியன உள்ளடக்கியதாக இருக்கின்றன. இந்த முயற்சி இந்தியா முழுவதும் முன் மாதிரியாக வழங்கப்படும் என எதிர்பார்க்கப் படுகிறது.

எனினும் தற்போது இது ஆந்திரப் பிரதேசம், உத்தரகாந்த், கோவா, தமிழ்நாடு, ராஜஸ்தான், கர்நாடகா, அஸ்ஸாம், மேகாலயா மற்றும் மத்தியப் பிரதேசம் போன்ற இந்திய மாநிலங்களில் இயங்குகிறது. அங்கு ஒற்றை 3-இலக்க இலவச எண்ணான 1-0-8 இதற்காகப் பயன்படுத்தப்படுகிறது.

நெதர்லாந்தில் உட்பகுதி மற்றும் அரசாட்சித் தொடர்புகளின் அமைச்சகம் தேசிய அளவிலான அவசரநிலை நிர்வகித்தலின் அவசர நிலை ஆயத்தமாயிருத்தலுக்கான பொறுப்பை ஏற்றிருக்கிறது. மேலும் இது தேசிய நெருக்கடிநிலை அமைப்பால் (NCC) இயக்கப் படுகிறது. இந்த நாடானது 25 பாதுகாப்பு மண்டலங்களாகப் (வெய்லிகெய்ட்ஸ்ரெஜியோ) பிரிக்கப்பட்டிருக்கிறது.

ஒவ்வொரு பாதுகாப்பு மண்டலமும் காவல்துறை, தீயணைப்பு மற்றும் ஆம்புலன்ஸ் ஆகிய மூன்று சேவைகளைக் கொண்டிருக் கிறது. அனைத்து மண்டலங்களும் ஒருங்கிணைக்கப்பட்ட மண்டல நிகழ்வு மேலாண்மை அமைப்பின் படி இயக்கப்படுகிறது. பாது

காப்பு அமைச்சகம், நீர் ஆணையம்(ங்கள்), ரிச்ச்ஸ்வாட்டர்ஸ்டாட் மற்றும் பல போன்ற மற்ற சேவைகளும் அவசரநிலை நிர்வகித்தல் செயல்பாட்டில் விழிப்பான பங்கு வகிக்கலாம்.

நியூசிலாந்தில் அவசரநிலை நிர்வகித்தலுக்கான பொறுப்பு, அவசர நிலை அல்லது இடர் குறைப்புச் செயல்திட்டத்தின் இயல்பைச் சார்ந்து உள்ளூரில் இருந்து தேசியம் வரையிலாக இருக்கிறது. தீவிர புயல் குறிப்பிட்ட பகுதியினுள் நிர்வகிக்கப்படலாம். ஆதலால் தேசியப் பொதுக்கல்வி பிரச்சாரம் மத்திய அரசாங்கத்தால் இயக்கப்படலாம். ஒவ்வொரு மண்டலத்திலும் உள்ளூர் அரசாங்கங்கள் 16 குடியியல் பாதுகாப்பு அவசரநிலை நிர்வகித்தல் குழுக்கள் (CDEMGs) ஒருங்கிணைக்கப்பட்டிருக்கின்றன. உள்ளூர் அவசரநிலை நிர்வகித்தல் சாத்தியமானவரை திடமாக இருப்பதற்கு உறுதியளிப்பதற்கு ஒவ்வொரு CDEMGயும் பொறுப்பு வகிக்கின்றன.

உள்ளூர் ஏற்பாடுகள் அவசரநிலையை சமாளிப்பதற்காக முன்-உளதான பரஸ்பர-ஆதரவு ஏற்பாடுகள் செயல்படுத்தப்படுகின்றன. மத்திய அரசாங்கம் குடியியல் பாதுகாப்பு & அவசரநிலை நிர்வகித்தல் அமைச்சகத்தினால் (MCDEM) இயக்கப்படும் தேசிய நெருக்கடிநிலை மேலாண்மை அமைப்பு (NCMC) மூலமாக பிரதி செயலை விரும்பியதைப் போல ஒருங்கிணைப்பதற்கு அதிகாரம் கொண்டிருக்கிறது. இந்தக் கட்டமைப்புகள் ஒழுங்குமுறை மூலமாக விவரிக்கப்படுகிறது.

மேலும் தேசிய குடியியல் பாதுகாப்பு அவசர நிலை நிர்வகித்தல் திட்டம் 2006 ஆம் ஆண்டிற்கான வழிகாட்டியில் இது சிறந்த முறையில் விவரிக்கப்பட்டிருக்கிறது. U.S. ஒருங்கிணைந்த அவசர நிலை நிர்வகித்தல் அமைப்பின் தேசிய பிரதிசெயல் கட்டமைப்புக்கு ஒரளவிற்கு இது சமமானதாகும்.

சொல்லியல்

நியூசிலாந்து மற்ற ஆங்கிலம் பேசும் பகுதிகளைப் போலவே அவசர நிலை நிர்வகித்தலுக்கான தனித்த சொல்லியலைக் கொண்டிருக்கிறது.

4Rகள் என்பது அவசரநிலை நிர்வகித்தல் சுழற்சியை இடஞ் சார்ந்து விவரிப்பதற்கான வார்த்தை ஆகும். நியூசிலாந்தில் பயன்படுத்தப்படும் நான்கு பிரிவுகள் பின்வருமாறு:

- குறைப்பு = மட்டுப்படுத்தல்
- தயார்நிலை = ஆயத்தமாயிருத்தல்
- பிரதிசெயல்
- மீட்பு

அவசரநிலை நிர்வகித்தல் என்ற வார்த்தை இங்கு அரிதாகவே பயன்படுத்தப்படுகிறது; பல அரசாங்க வெளியீடுகள் குடியியல் பாதுகாப்பு என்ற வார்த்தையைத் தொடர்ந்து பயன்படுத்துகின்றன.

எடுத்துக்காட்டாக, குடியியல் பாதுகாப்பு அமைச்சர், மத்திய அரசாங்கத்தின் அவசரநிலை நிர்வகித்தல் அமைப்புக்கான, MCDEM பொறுப்பு வகிக்கிறார்.

குடியியல் பாதுகாப்பு அவசரநிலை நிர்வகித்தல் என்ற வார்த்தை அதன் சொந்த உரிமையுடன் இருக்கிறது. பொதுவாக CDEM என சுருக்கப்படும் இது பேரழிவுகளில் இருந்து தீங்கேற்படாமல் காப்பதற்கான அறிவின் பயன்பாடாக இயற்றுச் சட்டம் மூலமாக விவரிக்கப்படுகிறது.

✺

31. இயற்கையும் மக்களும் ஏற்படுத்தும் பேரழிவுகள்

பேரழிவு என்பது மக்கள், கட்டிடங்கள், பொருளாதாரங்கள் அல்லது சுற்றுச்சூழலுக்கு கடுமையான தீங்கு விளைவிக்கும் ஒரு நிகழ்வாகும், மேலும் பாதிக்கப்பட்ட சமூகம் அதை தனியாக கையாள முடியாது. பனிச்சரிவுகள், வெள்ளம், பூகம்பம் மற்றும் காட்டுத்தீ போன்ற இயற்கை பேரழிவுகள் இயற்கை இடர்களால் ஏற்படுகின்றன. எண்ணெய் கசிவுகள், பயங்கரவாத தாக்குதல்கள் மற்றும் மின்வெட்டு போன்ற மனிதனால் உருவாக்கப்பட்ட பேரழிவுகள் மக்களால் ஏற்படுகின்றன. இப்போதெல்லாம், இயற்கை மற்றும் மனிதனால் உருவாக்கப்பட்ட பேரழிவுகளை பிரிப்பது கடினம், ஏனெனில் மனித நடவடிக்கைகள் இயற்கை பேரழிவுகளை மோசமாக்கும். காலநிலை மாற்றம் தீவிர வானிலை அபாயங்களால் ஏற்படும் பேரழிவுகளையும் பாதிக்கிறது.

பேரழிவுகள் பொதுவாக பணக்கார நாடுகளில் உள்ள மக்களை விட வளரும் நாடுகளில் உள்ள மக்களை கடுமையாக பாதிக்கின்றன. பேரழிவுகளால் ஏற்படும் இறப்புகளில் 95% க்கும் அதிகமானவை குறைந்த வருமானம் கொண்ட நாடுகளில் நிகழ்கின்றன. மேலும்

அந்த நாடுகள் பணக்கார நாடுகளுடன் ஒப்பிடும்போது அதிக பணத்தை இழக்கின்றன. உதாரணமாக, தொழில்மயமான நாடு களை விட வளரும் நாடுகளில் இயற்கை பேரழிவுகளால் ஏற்படும் சேதம் 20 மடங்கு அதிகம். இதற்குக் காரணம், குறைந்த வருமானம் கொண்ட நாடுகளில் பெரும்பாலும் நன்றாகக் கட்டப்பட்ட கட்டிடங்கள் அல்லது அவசரநிலைகளைக் கையாள நல்ல திட்டங்கள் இல்லை.

பேரிடர்களால் ஏற்படும் சேதங்களைக் குறைக்க, தயாராக இருப்பதும், உள்கட்டமைப்பிற்கு ஏற்றவாறு இருப்பதும் முக்கியம். பேரிடர் அபாயக் குறைப்பு (DRR) சமூகங்களை வலுவாகவும், பேரிடர்களைக் கையாள்வதற்கு சிறப்பாகத் தயாராகவும் செய் வதை நோக்கமாகக் கொண்டுள்ளது.

நிகழ்விற்குப் பிறகு பதில் மற்றும் மீட்புக்கு பதிலாக, பேரழிவு ஏற்படும் முன் ஆபத்தைக் குறைப்பதற்கான நடவடிக்கைகளில் இது கவனம் செலுத்துகிறது. DRR மற்றும் காலநிலை மாற்றம் தழுவல் நடவடிக்கைகள் ஒரே மாதிரியானவை, அவை இயற்கை ஆபத்துக் களுக்கு மக்கள் மற்றும் இடங்களின் பாதிப்பைக் குறைப்பதை நோக்கமாகக் கொண்டுள்ளன.

பேரழிவு ஏற்படும் போது, மக்களை எச்சரித்தல் மற்றும் வெளி யேற்றுதல், ஆபத்தில் இருப்பவர்களை மீட்பது மற்றும் உணவு, தங்குமிடம் மற்றும் மருத்துவ உதவிகளை விரைவாக வழங்குதல் போன்ற செயல்கள் பதிலில் அடங்கும். உயிர்களைக் காப்பாற்று வதும், மக்கள் விரைவில் குணமடைய உதவுவதும் இலக்கு. சில சந்தர்ப்பங்களில், மீட்புக்கு ஆதரவளிக்க தேசிய அல்லது சர்வதேச உதவி தேவைப்படலாம். உதாரணமாக, மனிதாபிமான அமைப்பு களின் வேலை மூலம் இது நிகழலாம்.

32. மனிதன் தனக்குத்தானே தேடிக்கொண்ட அழிவு

இவ்வுலகம் மனிதனுக்கு மட்டுமானதாகப் படைக்கப்பட்டதல்ல. உலகிலுள்ள விலங்கு, புல், பூச்சி இனங்களும் அவற்றால் பயனடையும் தாவர இனங்களும் அழிந்துவிட்டால் மனிதனும் அழிந்து விடுவான். பல்லுயிர்ப் பெருக்கமும். சுற்றுச்சூழல் பாது காப்பும் நாம் வாழ்வதற்கு அடிப்படைத் தேவைகள் என்பது ஆறறிவு படைத்த மனிதனுக்கு நன்றாகவே தெரியும். அது தெரிந்தும், அதுபற்றிய கவலையே இல்லாமல் இருப்பதுதான் ஆச்சரியமாக இருக்கிறது.

உலகம் என்கிற நமது கிரகத்தில் பல்லுயிர் பெருக்கம் பேராபத்தை எதிர்கொள்கிறது. உலக வனவிலங்கு நிதியத்தின் 2016-ஆம் ஆண்டு அறிக்கையின்படி, உடனே விழித்துக்கொண்டு நாம் தக்க நடவடிக்கை களை மேற்கொள்ளாவிட்டால், 2020-ஆம் ஆண்டுக்குள், அதாவது இன்னும் நான்கே ஆண்டுகளில் உலகிலுள்ள வனவிலங்குகளில் மூன்றில் இரண்டு பகுதி அழிந்துவிடும். இந்தியாவிலுள்ள வன விலங்குகளில் பாதிக்கு மேல் அழிந்திருக்கும்.

இது ஏதோ சமீபத்தில் ஏற்பட்டிருக்கும் நிகழ்வல்ல. கடந்த 1970-ஆம் ஆண்டு முதலே இந்தப் பேரழிவு தொடங்கி விட்டிருக்கிறது. மீன்கள், மிருகங்கள், நில - நீர் வாழ் உயிரினங்கள், பறவைகள், ஊர்வன ஆகியவை ஒட்டுமொக்கமாக 58% குறைந்து விட்டிருப்பதாகத் தெரிகிறது. இவற்றில் நீர்வாழ் உயிரினங்கள்தான் மிக அதிகமான பாதிப்புக்கு உள்ளாகி இருக்கின்றன. இந்தியாவைப் பொருத்தவரை, மனிதனல்லாத ஏனைய உயிரினங்களின் எண்ணிக்கை 1970 முதல் 2012 வரையிலான இடைவெளியில் 81% அளவு குறைந்திருக்கக் கூடும் என்று கருதப்படுகிறது. இவற்றில் பறவை இனங்களும், புழு, பூச்சி இனங்களும்தான் மிக அதிகமான பாதிப்பை எதிர்கொண்டிருக்கின்றன.

உலக வனவிலங்கு நிதியத்தின் அறிக்கையையே ஏனைய புள்ளி விவரங்களும் எதிரொலிக்கின்றன சமீபத்தில் உலகிலுள்ள யானைகள் குறித்த கணக்கெடுப்பு நடத்தப்பட்டது. அதன்படி, கடந்த ஏழு ஆண்டுகளில் மட்டும் ஆப்பிரிக்க யானைகளின் எண்ணிக்கை 30% குறைந்திருக்கிறது. இந்தியாவில் அந்த அளவுக்கு பாதிப்பு இல்லை யென்றாலும் யானைகள் கொல்லப்படுவதும், ரயிலில் அடிபட்டு மரணிப்பதும் அதிகரித்தவண்ணம் இருக்கின்றன.

65 மில்லியன் ஆண்டுகளுக்கு முன் டைனோசர்கள் அழிவை சந்தித்த தற்குப் பின்னால், முதல் முறையாக உலகம் மீண்டும் ஒரு வன விலங்குகளின் பேரழிவை எதிர்கொள்கிறது என்கிறது உலக வன விலங்கு நிதியத்தின் அறிக்கை இதுபோல விலங்குகள் பூண்டோடு அழிவது ஆறாவது முறை என்றும், இப்படி விலங்கினங்கள் அழிந்து போனதற்குக் காரணம் மனிதர்களால் ஏற்படுத்தப்படும் அழுத்தம் தான் என்றும் அந்த அறிக்கை குற்றம் சாட்டுகிறது. முன்னெப் போதும் இல்லாத அளவில் மனிதர்கள், உலகிலுள்ள ஏனைய உயிரினங்களை அழித்துக் கொண்டிருக்கிறார்கள். ஏனைய உயிரினங்களின் வாழ்விடங்கள் மனிதனால் ஆக்கிரமிக்கப்படுவதும், அழிக்கப்படுவதும்தான் அந்த உயிரினங்கள் அழிவை நோக்கி நகர்வதற்கான முக்கியக் காரணம். லாபமில்லாத விவசாயத்தால் விளைநிலங்கள் தரிசு நிலங்களாக மாறி, குடியிருப்புகளாகி விடுகின்றன. மண்ணில் வாழும் புழு, பூச்சிகள், ஊர்வன போன்றவை வாழ்விடம் இல்லாமல்

அழிவை எதிர்கொள்கின்றன பறவை இனங்களும் பாதிக்கப்படு கின்றன.

காடுகள் அழிக்கப்படுவதால் வனவிலங்குகள் கடுமையாக பாதிக்கப்பட்டிருக்கின்றன. அதிகரித்த மீன் பிடித்தல், சுரங்கத் தொழில், காற்று மாசு, அமிலமயமாகும் கடல் நீர், பருவநிலை மாற்றம் இவையெல்லாம் ஒன்றோடு ஒன்று கைகோத்துக் கொண்ட தால், உலகம் விலங்கினங்களின் மயானமாக மாறிவருகிறது.

கடந்த ஏப்ரல் மாதம் பிரிட்டிஷ் இளவரசர் தனது மனைவி கதே மிடில்டனுடன் இந்தியாவுக்கு விஜயம் செய்திருந்தார். ராஜ குடும்பத்தினர் அஸ்ஸாமிலுள்ள காசிரங்கா வனவிலங்கு சரணா லயத்திற்குச் சென்றனர். ஊடகங்களில் இளவரசி கதே மிடில்டன் அந்த சரணாலயத்திலுள்ள காண்டாமிருகத்தின் குட்டிக்கு பழம் கொடுக்கும் புகைப்படம் வெளியாகி இருந்தது. ஒருபுறம் இது நடந்து கொண்டிருக்கும்போது, அந்த சரணாலயத்தின் இன்னொரு பகுதியில் ஒரு காண்டாமிருகம் அதன் கொம்புக்காக வேட்டை யாடப்பட்டு இறந்து கிடந்தது. வனவிலங்கு சரணாலயங்களிலேயே இதுதான் நிலைமை என்றால், வனங்களில் சுற்றித் திரியும் விலங்கு களின் நிலைமை குறித்துச் சொல்லவா வேண்டும்?

வனவிலங்குகளின் அழிவுக்கு வேட்டையாடுதல் மிக முக்கியமான காரணம் என்றாலும், சுற்றுச்சூழல் பாதிப்பும், வாழ்விடங்கள் ஆக்கிரமிக்கப்படுவதும்கூடப் பெரும்பங்கு வகிக்கின்றன. இந்தியாவையும், ஏனைய வளர்ச்சி அடையும் நாடுகளையும் பொருத்தவரை, வளர்ச்சிப் பணிகள் வனவிலங்குகளையும், புள்ளினங்களையும், ஊர்வனவற்றையும் கடுமையாக பாதிக் கின்றன. சாலைகள் அமைப்பதும், ரயில் தடங்களை அமைப்பதும் வளர்ச்சிப் பணிகள் என்றாலும், அவை வனவிலங்குகளின் நட மாட்டத்தை பாதிக்கின்றன. அவற்றின் வழித்தடங்களில் குறுக்கிடு கின்றன. வனங்களையும், வனவிலங்குகளையும் பாதிக்காமல் வளர்ச்சிப் பணிகளை கவனமாகத் திட்டமிட நமக்குத் தெரிய வில்லை, அதுகுறித்து நாம் கவலைப்படுவதுமில்லை.

பெரிய அணைகள், நதிகளின் ஓட்டத்தைக் கட்டுப்படுத்தி ஏரிகளாக மாற்றிவிடுகின்றன. இது நீர்வாழ் உயிரினங்களின் பெருக்கத்தைத் தடுக்கிறது. அதேபோல, அதிகரித்துவரும் காற்று மாசு, சுற்றுச்சூழல் பாதிப்பு, வனங்கள் அழிப்பு ஆகியவை புள்ளினங்களின் அழிவுக்குக் காரணமாகின்றன.

இதுவரை நடந்துவிட்ட அழிவை சீர் செய்ய முடியாதுதான். ஆனால் இனிமேலும் அழிவு தொடராமல் காப்பாற்ற முயற்சி மேற்கொள்ளப்பட வேண்டும். ஏனைய உயிரினங்களின் அழிவு என்பது மனிதன் தனக்குத்தானே தேடிக்கொள்ளும் அழிவு, அதை மறந்து விட வேண்டாம்!

33. விண்வெளிக் குப்பையும் வெப்பச் சலனமும்

- பூமியிலிருந்து விண்ணில் ஏவப்படும் செயற்கைக்கோள்கள் தமது பணியை முடித்ததற்கு பிறகு தனித்து விடப்படும். ஆனாலும் அவை தொடர்ந்து விண்வெளியில் மிதந்து கொண்டிருக்கும். அதே நேரத்தில் செயற்கைகோள்களை தூக்கி செல்லும் ராக்கெட்டுகளின் பாகங்களும் விண்வெளியில் ஆங்காங்கு மிதந்து சென்று கொண்டிருக்கும். மொத்தத்தில் விண்வெளியையும் மனிதர்கள் குப்பையாக்கி வைத்திருக்கிறார்கள் என்பது நிதர்சனம்.

- பல நூறு கிலோ மீட்டர் வேகத்தில் விண்வெளியில் மிதந்து செல்லும் இந்தக் குப்பைகள் ஏற்கெனவே செயல்பட்டுக் கொண்டிருக்கும் செயற்கைகோள் மீது மோதி பெரும் சேதத்தை ஏற்படுத்தும். பூமியை சுற்றி 21,900-க்கும் மேற்பட்ட பொருள்கள் மிதந்து கொண்டிருக் கின்றன என்று சொல்லப்படுகிறது. இதில் சுமார் 4,450 பொருள்கள் மட்டுமே செயல்படும் செயற்கை கோள்களாகும். மற்றவை எல்லாம் உடைந்த செயற்கை கோள்கள், ஏவுகணைகளின் பாகங்கள் என்று கடந்த ஆண்டு வெளியான புள்ளி விவரம் ஒன்று தெரிவிக்கிறது.

- இவை தவிர, விண்வெளியில் மிதக்கும் மிகச் சிறியது முதல் 10 செ.மீ வரையிலான துகள்களின் பட்டியல் தனியாக உள்ளது என்பதும் குறிப்படத்தக்கது. பொதுவாக விண்வெளிக் குப்பை களுக்கு எந்தக் கட்டுப்பாடும் இல்லை என்று விஞ்ஞானிகள் ஆய்வு செய்து தெரிவித்துள்ளனர். தான் உண்டு தன் வேலை உண்டு என இருக்கும் செயற்கைகோள்களின் முதல் எதிரி இந்த விண்வெளிக் குப்பைகள்தான் என்பதை நாம் புரிந்து கொள்ள வேண்டும். இதனால் உலக நாடுகளுக்கு பல ஆயிரம் கோடி ரூபாய் நஷ்டம் ஏற்பட்டிருப்பதாக விஞ்ஞானிகள் உறுதிபடத் தெரிவிக்கின்றனர்.

- விண்வெளிக் குப்பைகளிடமிருந்து தப்பிக்க செயற்கைக்கோள் களில் கவச அமைப்பு ஏற்படுத்தப்பட்டாலும் அதையும் தாண்டி சிறிய துகள்களால் பாதிப்பு ஏற்படுகிறது. தொடர்ந்து விண் வெளிக் குப்பைகள் பற்றி ஆய்வு செய்து வரும் நாசா விஞ்ஞானிகள், ஒவ்வொரு நாளும் அதன் நடவடிக்கைகளை கண்காணித்து வருகின்றனர். மொத்தத்தில் அளவில் பெரிய விண்வெளிக் குப்பைகள் தொடர் கண்காணிப்பில் வைக்கப் பட்டிருக்கும். அமெரிக்கா, சீனா, ரஷ்யா ஆகியவை விண்வெளி யில் அதிக குப்பைகளை கொட்டிய முதல் மூன்று நாடுகள் ஆகும்.

- 2109-ஆம் ஆண்டு செயற்கைக்கோள் எதிர்ப்பு ஏவுகணையை வெற்றிகரமாக சோதனை செய்தது இந்தியா. இதற்கு 'மிஷன் சக்தி' என்று பெயரிடப்பட்டது. இதன் மூலம் செயற்கைக்கோள் எதிர்ப்பு ஏவுகணை வைத்துள்ள நான்காவது நாடானது நமது நாடு. போர் சூழல்களில் எதிரி நாடுகள் செயற்கைக்கோள் மூலம் நிலப்பரப்புகளை கண்காணிப்பதை இந்த ஏவுகணை மூலம் தடுக்க முடியும். செயற்கைக்கோள் எதிர்ப்பு ஏவுகணை என்பது விண்வெளிக் குப்பையை மேலும் அதிகப்படுத்தலாம். அதே நேரத்தில் விண்ணில் செயற்கைக்கோள் ஒன்றை அழிக்கும் வகையிலான சோதனைக்கு எதிர்ப்பும் கிளம்பியது.

- ஆனால் இந்தியா சோதனையை வெற்றிகரமாக நடத்தி முடித்தது. அதற்கு முன்புவரை 115 என்ற எண்ணிக்கையிலிருந்து

இந்தியாவின் விண்வெளிக் குப்பை அளவு, மேற்கண்ட ஏவுகணை சோதனையால் 160 ஆக உயர்ந்தது. இந்நிலையில் கடந்த மூன்று ஆண்டுகளில் இந்தியாவின் விண்வெளிக் குப்பைகள் பூமியின் வளிமண்டலத்துக்குள் நுழைந்து அழிவை ஏற்படுத்தியுள்ளன. ஏவுகணை சோதனைக்கு முந்தைய அளவை விட தற்போது அதிக அளவில் இந்தியாவின் விண்வெளிக் குப்பைகள் மிதந்து கொண்டிருக்கின்றன என்று நாசா விஞ்ஞானிகள் தெரிவிக்கின்றனர்.

- மத்திய அரசின் புவி அறிவியல் அமைச்சகத்தின் புள்ளி விவரப்படி கடந்த 15 ஆண்டுகளில் 12 ஆண்டுகளின் கோடைக்காலம் மிக கடுமையானதாக இருந்துள்ளது என்று கணிக்கப்பட்டுள்ளது. கோடை நாட்களின் அதிகரிப்பும் வெப்பத்தின் அளவும் ஒவ்வொரு ஆண்டும் கூடிக்கொண்டே செல்கிறது. கடந்த மார்ச் மாதம் இந்தியாவின் வடமேற்கு, மத்திய, கிழக்குப் பகுதிகளில் கோடை வெயில் அதிகமாக இருந்தது.
- ஏப்ரல் மாதம் இரண்டாவது வாரத்திலிருந்து 4.5 முதல் 8.5 செல்சியஸ் வெப்பம் அதிகரித்தது. ஏப்ரல் 27-ந் தேதி இந்தியாவி லேயே அதிக வெப்பம் உத்தர பிரதேச மாநிலம் பிரயாக் ராஜில் 45.9 செல்சியஸ் பதிவானது. அதற்கு முந்தைய நாள் ராஜஸ்தானில் பார்மர் என்ற இடத்தில் 45.1 செல்சியஸ் வெப்பம் பதிவானது.

இந்தியாவில் பல நகரங்களில் பரவலாக 42 முதல் 44 செல்சியஸ் வெப்பம் நிலவியது.

- பிரயாக் ராஜில் 45.9 செல்சியஸ் பதிவான நாளில் பூமியின் மீது நிலவிய வெப்பக்காற்று சலனத்தின் மாதிரி வரைபடம் தயாரிக்கப்பட்டுள்ளது. இந்த மாதிரி வரைபடம் நிலப்பரப்பி லிருந்து 2 மீட்டர் உயரத்திற்கு நிலவிய வெப்ப சலனத்தை காட்சிப்படுத்துகிறது. இந்தியர்கள் எல்லோருமே நெருப்பாற்றில் நீந்துகிறோம் என்றால் அது மிகையில்லை.

- அதிக அனல் காற்று வீசும்போது அதன் தாக்கம் 'சன் ஸ்ட்ரோக்' உள்ளிட்ட உடல்நலக் கோளாறுகளை ஏற்படுத்துவடன் முடிந்து போவதில்லை. காற்றின் தரம் குறைகிறது. மழை வாய்ப்பைத் தடுக்கிறது. வேளாண் விளைச்சலைக் குறைத்து விடுகிறது. இவை மட்டுமல்ல, நகர்ப்புறங்களில் மின்தேவை அதிகரிக்கிறது. அதற் கேற்ப மின் உற்பத்தியை உடனே அதிகரிப்பது எளிதல்ல. தேவையான நிலக்கரி உடனடியாக கிடைப்பதில்லை. இந்தியாவில் கடந்த ஆறு ஆண்டுகளில் இல்லாத அளவிற்கு மின்பற்றாக்குறை இந்த ஆண்டில் காணப்படுகிறது.

- இவற்றுடன் புவி வெப்பமயத்தின் தாக்கத்தால் உத்தரகண்ட், ஹிமாசல பிரதேச மலைகளில் பனி உருகுவதும் அதிகரித்துள்ளது. அதிகபட்ச வெப்பம் நிலவிய ஏப்ரல் 27-ஆம் தேதி இந்தியாவில் 300க்கும் மேற்பட்ட இடங்களில் காட்டுத்தீ ஏற்பட்டதாக மத்திய வனத்துறை அறிக்கை கூறுகிறது. இதில் 30 சதவிகித காடுகள் உத்தரகண்ட் மாநிலத்தில் உள்ளவை.

- வானிலையின் மாறுபாடுகளால் வெப்பக்காற்று வெளியேற வழி யின்றி மேற்பரப்பிலேயே தங்குவதால் இரவு முழுவதும் லேசான வெப்பம் தொடர்கிறது. குறைந்துவரும் விண்வெளிக் குப்பை களை மேலும் குறைப்பதற்கும், அதிகரிக்கும் வெப்ப சலனத்தை கட்டுப் படுத்துவதற்கும் அறிவியல் ரீதியான அணுகுமுறைகள் குறித்து அரசு பரிசீலிக்க வேண்டியது காலத்தின் கட்டாயம்.

✺

34. புவி வெப்பமயமாதலுக்கு எதிரான போர்

பசுமை இல்ல வாயுக்கள் இயற்கையாகவே உற்பத்தியாக கூடியவை. ஆனால் மனதனின் செயல்பாடுகள் இந்த வாயுக்களின் உற்பத்தி மிகவும் அதிகரித்து உள்ளது. பசுமை இல்ல வாயுக்களின் உற்பத்தியை அதிகரிக்கும் செயல்கள்:

காடுகளை அழித்தல்

மரங்கள் கார்பன் டை ஆக்ஸைடினை உள்ளிழுத்துக் கொள்வதால் வளிமண்டலத்தின் தட்ப வெப்பநிலை சீராக உள்ளது. நாம் மரங்களை வெட்டும்போது அதன் உள்ளிழுத்துக்கொள்ளும் தன்மை முடிவடைகிறது மற்றும் மரங்களில் சேர்ந்துள்ள கார்பன் வெளியாகிறது.

பெட்ரோலியம் போன்ற பொருட்களை எரித்தல்

பெட்ரோலியம் போன்ற கார்பன் எரிபொருட்களை எரிப்பதால் கார்பன்டை ஆக்ஸைடு வெளியாகிறது.

விவசாயம் சார்ந்த நிகழ்வுகள்

மாடு ஆடு போன்றவை செரிமானத்தின் போது பெரும்பாலான

மீத்தேன் வாயுவினை வெளிவிடுகின்றன. உரங்களில் நைட்ரஜன் கலந்த இருப்பதால் அது நைட்ரஸ் ஆக்ஸைடின் உருவாக்குகிறது.

இறந்த உயிரினங்கள் மக்குதல்

ஒரு உயிரினம் இறந்த பின் அதனை மக்க வைக்கும் செயல் முறையின் போது அதிலிருந்து கார்பன் வெளிப்படுகிறது. இந்த கார்பன் காற்று, நீர், நிலம் என கலந்து கார்பன் டை ஆக்ஸைடினை உருவாக்குகிறது.

அனல்மின் நிலையங்கள்

அனல்மின் நிலையங்களில் கரிம எரிபொருட்கள் எரிக்கப்படுவதால் இதிலிருந்து அதிக அளவில் கார்பன் டை ஆக்ஸைடு வெளியாகிறது.

வாகனங்களினால் ஏற்படும் மாசுபாடு

வாகனங்களும் கரிம எரிபொருட்களை பயன்படுத்துவதால் அதிக அளவில் கார்பன் டை ஆக்ஸைடினை உருவாக்குகின்றன.

எரிமலை வெடித்தல்

எரிமலை வெடிப்பின் போது அதிலிருந்து வாயுக்கள், சாம்பல் மற்றும் நுண்தூசிகள் வெளிப்படும். இந்த வாயுக்களில் உள்ள சல்பர் டை ஆக்ஸைடு உலக வெப்பம் குறைதலிலும் கார்பன் டை ஆக்ஸைடு உலக வெப்பமயமாதலிலும் பங்காற்றுகின்றன

தொழில்மயமாக்குதல்

வேகமான மக்கள் தொகை பெருக்கத்தால் தொழிற்சாலைகளின் எண்ணிக்கையும் அதிகரித்து வருகிறது. இதனால் அதிக அளவில் எரிபொருட்கள் எரிக்கப்பட்டு உலக வெப்பமயமாதலுக்கு காரண மாகின்றன.

உலக வெப்பமயமாதலின் விளைவுகள்

பூமியின் வெப்பம் அதிகரிப்பதால் நமது சுற்றுச்சூழலின் சராசரி வெப்பநிலை அதிகரிக்கிறது

பனிமலைகள் வேகமாக உருகி கடல்நீர் மட்டத்தினை உயர்த்து கின்றன.

அடிக்கடி வெள்ளம், மண் அரிப்பு, புயல், என எதிர்பாராத பருவகால மாற்றம் ஏற்படுதல்

கடலின் அமிலத்தன்மை அதிகரிப்பதால் பவளப்பாறை போன்ற உயிரினங்கள் அழிந்து போகின்றன.

நீர் மற்றும் பூச்சிகளால் வரும் நோய்கள் அதிகமாகின்றன.

உலக வெப்பமயமாதலை தடுக்கும் முறைகள்

கரிம எரிபொருட்கள் உபயோகிப்பதை குறைத்தல்.

மரங்களை நடுதல்.

மறுசுழற்சி செய்யக்கூடிய பொருட்களை உருவாக்குதல்.

மின்சாரம் தயாரிக்க மிக குறைந்த அளவில் எரிபொருளை பயன் படுத்தும் சாதனங்களை பயன்படுத்துதல்.